*PHÉP LẠ TỪ BUÔN MA THUỘT
ĐẾN HOA KỲ*

**PHÉP LẠ
TỪ BUÔN MA THUỘT
ĐẾN HOA KỲ**
Hồi ký **David Báu Lê**

Bìa & Dàn trang: **Nguyễn Thành**
Nhân Ảnh Xuất Bản **2020**
ISBN: 9781989924716
Copyright © 2020 by David Bau Le

DAVID BÁU LÊ

PHÉP LẠ
TỪ BUÔN MA THUỘT
ĐẾN HOA KỲ

Hồi ký

NHÀ XUẤT BẢN
NHÂN ẢNH
2020

Phép lạ từ Buôn Ma Thuột đến
MIRACLES FROM BUON MA THUOT TO THE UNITED STATES

Đức Chúa Jêsus Christ hôm qua, ngày nay, và cho đến đời đời không hề thay đổi.

Jesus Christ, the Same Yesterday and Today and Forever

David Báu Lê

Mục Lục

Lời tạ ơn   **11**
Tạ ơn Cha đã mở mắt và cho con nhìn thấy   **12**

1. Tin tức tình báo thâu lượm ngày 6 tháng 3 năm 1975   **15**
   - Cộng sản chuẩn bị tấn công ngày 7 tháng 3
   - Cộng sản cô lập Buôn Ma Thuột ngày 8 tháng 3
   - Họp tình báo với tiển khu ngày 9 tháng 3

2. Phép lạ #1 Đêm phòng thủ chờ đợi địch tấn công   **20**
   - Địch tấn công vào 2 giờ sáng ngày 10 tháng 3

3. Phép lạ #2 Mai kể lại   **36**

4. Phép lạ # 3 Mở đường máu cho
   gia đình anh em Lôi Hổ thoát ra khỏi trại   **45**

5. Phép lạ # 4 Chờ đợi tiếp viện ngày 11 tháng 3
   - Buôn Ma Thuột thất thủ   **57**

6. Phép lạ # 5 Trở lại nhà anh chị Goerge.
   Bị đuổi ra khỏi đồn điền   **64**

7. Phép lạ # 6 Đêm xuyên rừng ngày 15 tháng 3   **71**

8. Phép lạ # 7
   Cầu xin Chúa cho kế hoạch thoát thân   **78**

9. Phép lạ # 8 Nhập vào đoàn Motolova địch
   thoát ra Khánh Dương   88

10. Phép lạ # 9 Khánh Dương thất thủ   97

11. Phép lạ # 10
    Bỏ xe băng rừng ra Phước An / ngày thứ nhất   105

12. Phép lạ # 11 Những ngày ở Nha Trang   115
    - Tìm phương tiện đưa vợ con cùng mẹ con chị Loan về
    Sài Gòn
    - Theo tàu Long hồ về Vũng Tàu

13. Phép lạ # 12 - 7 Thiên sứ đến giải cứu Mai
    trên tàu HQ 503 50   123

14. Phép lạ # 13 Sum họp lại với vợ con
    & những ngày cuối cùng của miền Nam 59
    - Tử thủ Biên Hòa   132

15. Phép lạ # 14 Ngày cuối cùng ở Việt Nam   139
    - Xuống bến Tân Cảng ra hãi phận quốc tế

16. Phép lạ # 15 Từ vịnh Subic đến trại Pendleto   148

17. Phép lạ # 16
    Đời sống mới định cư ở Santa Cruz   160

Lời tạ ơn

Nguyện dâng lên tất cả vinh hiển cho Giê-Hô-Va Đức Chúa Trời, là Đức Chúa Cha-Đức Chúa Con và Đức Thánh Linh. Là Chúa của Ap-ra-ham, Y-sác và Gia-Cốp, Ngài cũng là Chúa của con David Báu Lê.

Tôi cũng cảm tạ gia đình anh chị George ở đồn điền CHPI, phu nhân của cựu trung tá Sáng / Tiểu Khu Trưởng tiểu khu Buôn-Ma-Thuột, nhủ danh là Hồ Ngọc Bích. Mục Sư Lê Đình Tố và Hội Thánh Nha Trang. Anh Nguyễn văn Mưa. Mục Sư Micheal Jarvis và Hội Thánh CMA / Neighborhood ở Santa Cruz.

Thiếu uý Lê Ngọc Báu và phu nhân Bùi Thị Huỳnh Mai 1971

Tạ ơn Cha đã mở mắt và cho con nhìn thấy

"Đức Chúa Jesus Christ hôm qua, ngày nay, và cho đến đời đời không hề thay đổi."

(Hê-bơ-rơ 13:8)

Thay vì chỉ trải qua một đợt lòng biết ơn ngắn ngủi, tôi để niềm vui này tự do chảy vào tương lai bằng cách rèn luyện bản thân để nhớ lại những gì Chúa đã làm.

"Nhưng, tạ ơn Đức Chúa Trời đã cho chúng ta sự thắng, nhờ Đức Chúa Jêsus Christ chúng ta." 1 Cô-rinh-tô 15:57

Một cách khác là nói với người khác về những phép lạ này. Điều này mang phước cho cả tôi và mọi người đọc đến. Và làm vui lòng Chúa.

Hãy tiếp tục mang lòng biết ơn của chúng ta đến với Chúa. Sự biết ơn này sẽ ban phước cho chúng ta gấp đôi - với những ký ức hạnh phúc về lời cầu xin được trả lời. Tin rằng Chúa rất hài lòng

Sách này được in ra để làm sáng danh Chúa Jêsus, không cố tình để nổi danh. Cũng không muốn tranh chấp với ai hay bất cứ đảng phái nào

Thiếu uý Lê Ngọc Báu và phu nhân Bùi Thị Huỳnh Mai 1971

Living Waters Ministries
Điện thoại liên lạc (408) 221-3033
Email ldbau@yahoo,com

HỒI KÝ

Ngày 6 Tháng 3 – 1975 – Tin tức tình báo

Theo tin tức tình báo thâu thập được từ đầu năm 1975 cho đến nay, tình hình cho thấy quân bắc Việt chuẩn bị tấn công vào Buôn Ma Thuột.

Chúng điều động năm sư đoàn:302, 69,10,675,316, tiểu đoàn 33 pháo cùng tiểu đoàn 575 công binh ồ ạt tiến vào Cao nguyên.

Buôn Ma Thuột.là căn cứ của Sư đoàn 23 gồm 3 tiểu đoàn 44, 45 và 53 - có kho đạn Mai Hắc Đế - Tỉểu Khu- Tiểu đoàn 39 pháo binh-Trung đoàn 8 thiết giáp- Liên đoàn 21 Biệt động quân. Ngoài ra còn các đơn vị cảnh sát- địa phương quân- công binh ở rải rác khắp mọi nơi

Đơn vị chiến đoàn 3 xung kích án ngữ phía tây của phi trường L.19, cũng đã tổ chức lại hệ thống phòng thủ, tu sửa lại các hầm chống pháo kích, gài thêm mìn bẩy ở các vòng đai trại và tăng cường thêm các vọng gác.

Hằng ngày chúng tôi tập dợt cách tác chiến trong thành phố, cách bắn chiến xa bằng hỏa tiễn cá nhân M72.

Ngày 7 tháng 3 - Cộng sản chuẩn bị tấn công

Được tin Trung đoàn 25 của Sư đoàn 320 chính qui Bắc Việt đánh chiếm đồn địa phương tại quận Chư Cúc trên quốc lộ 21 giữa Phước An và thành phố Nha Trang. Âm mưu của địch rỏ ràng là muốn phong tỏa đường rút quân và tiếp viện từ Nha Trang vào Buôn Ma Thuột! Thế là con đường duy nhứt giữa Buôn Ma Thuột.và Nha Trang đã bị cắt đứt. Tất cả các lộ trình bằng đường bộ đều bị bế tắt. Chỉ còn một phương tiện duy nhất là đường hàng không Air Viet Nam. Dân thành phố Buôn Ma Thuột tranh nhau mua vé chợ đen song cũng không có đủ vé để bán.

Tư lệnh quân đoàn II là tướng Phạm văn Phú cho lệnh rút trung đoàn 45 thuộc sư đoàn 23 và Liên Đoàn 21 Biệt Động Quân từ Pleiku về bảo vệ Buôn Ma Thuột khẩn cấp.

Ngày 8 tháng 3 - Cộng sản cô lập Buôn Ma Thuột.

Quận Cẩm Ga, Thuần Mẫn bị mất liên lạc (phía Bắc thành phố)

Tin tức dồn dập gởi về từ các nơi cho thấy quân cộng sản Bắc Việt đã bám sát vòng đai của tỉnh. Dân làm rừng đi lấy gỗ báo cáo thấy cả chiến xa T.54 ngụy trang lá cây đang bò lần về hướng thành phố. Trại Đức Lập và Quãng Nhiêu bị mưa pháo. Chiến đoàn 3 xung kích của chúng tôi và các đơn vị bảo vệ lãnh thổ Buôn Ma Thuột được lệnh cấm trại 100%.

Ngày 9 tháng 3 - Họp tình báo với tiểu khu và sư đoàn 23

Đúng 10 giờ sáng tôi đi họp với Tiểu Khu và cơ quan tình báo của sư đoàn 23. Được tin trại Đức Lập nằm về hướng tây nam Buôn Ma Thuột trên đường 14 bị pháo dữ dội, sau đó bị tấn công biển người. Tình hình trại vô cùng nguy ngập, song không hề được tiếp cứu chi cả.

Suy nghĩ về tình hình trại Đức Lập mà buồn cho số phận của quân đội Việt Nam Cộng Hòa sau hiệp định Paris (Ngày 8 tháng 1, 1973). Bị giãm quân số và bị cắt viện trợ gần như 100%. Các đơn vị không còn hùng mạnh như xưa vì sự trợ giúp của các đơn vị đồng minh không còn nữa. Các phi tuần B.52 và các liên hệ về không trợ hoàn toàn bị cắt đứt. Trong khi đó thì phe Bắc Việt được tăng viện gấp đôi ba lần hơn. Quân đội miền nam thì thiếu thốn về mọi phương diện xăng nhớt, vũ khí, đạn dược và lương khô. Quân số ít, chiến cụ thiếu thốn mà phải bảo vệ một lảnh thổ quá lớn, chống lại với bắc Việt và nguyên cả khối Cộng sản Nga Tàu phía sau lưng chúng. Trại bị pháo kích thì mới được phản pháo từ ba đến mười quả pháo binh. Chỉ được yểm trợ tối đa khi bị tấn công thực sự mà thôi. Các đơn vị đi hành quân không được pháo binh yểm trợ theo ý muốn như xưa nếu chưa đụng trận.

14:00 giờ - Quản Đức bị mất liên lạc.

Các tin thất thủ gởi về dồn dập càng làm cho tôi thêm hoang mang. Tôi vội chạy đến nhà anh Thái Bình

An để báo tin (anh An là Hội Đồng Tỉnh của thành phố). Tôi đã gặp anh chị và các cháu tại nhà riêng. Thấy anh chị bình yên vui vẽ không có chút gì lo lắng. Hình như họ chưa biết chuyện gì đang xảy ra cho thị xã? Sau khi trình bày rỏ ràng tình hình chiến sự đang diễn biến, chúng tôi vội vả chạy ra phố tìm người quen của anh. Tôi hy vọng với chức vụ Hội Đồng Tỉnh thì anh An sẽ có thể giúp mua vé phi cơ Air Việt Nam hầu đưa vợ con ra khỏi vùng nguy hiểm. Một mình tôi ở lại đánh giặc dễ hơn, đỡ vướng tay vướng chân trong khi tranh chiến.

Tất cả cố gắng của anh An đều thất bại; Giá vé phi cơ bán chợ đen rất cao song cũng không có đủ vé để bán. Đành giao phó mọi sự cho Chúa thôi.

Bây giờ mới biết nhờ cậy Chúa sao? Khi yên ổn thì có bao giờ nhắc đến Chúa đâu. Tôi nghĩ trong lòng rồi tự an ủi, "Chắc cũng không đến nỗi nào đâu. *Các lực lượng của chúng ta cũng đã chuẩn bị cho trận chiến nầy gần ba tháng nay. Không dể gì thua cuộc được.*" Nếu Buôn Ma Thuột bị thất thủ! tức là sẽ mất trọn vùng Cao Nguyên ra đến miền Trung. Với ý nghĩ đó đã khiến tôi cảm thấy an tâm hơn một chút. Trước khi từ giả, anh An cũng nhờ tôi tìm cho anh một khẩu sung ngắn. Tôi đề cũng đề nghị cùng anh là hãy di chuyển vợ con ra trung tâm thành phố ở cho an toàn hơn. Riêng tôi thì sẽ đem vợ và hai con gái nhỏ ra gởi nhà cậu Tư Vượn, cũng ở tại trung tâm thành phố. Cậu Tư là bà con bên vợ của bác Bảy tôi. Ông có nuôi hai con vượn rất đẹp nên bạn bè thường gọi ông là Tư Vượn. Đem gia đình ra ở chung với cậu Tư an toàn hơn trong lúc nầy, vì tôi e ngại ở trong khu quân sự thì có thể bị đặc công và bị pháo kích rất là nguy hiểm. Vả lại, rất khó mà đánh nhau khi biết rằng vợ con đang ở cạnh bên mình như thế. Nhớ đến Mai vợ tôi và hai con gái nhỏ là Huỳnh Giao vừa được hai tuổi, Ru-tơ thì mới vừa sanh hai tháng trước (ngày 1 tháng 1 năm 75) mà lòng tôi thấy xót xa vô cùng. Mai vì thương chồng nên đã ẵm bồng Hùynh Giao ra Buôn Ma Thuột ở với tôi gần hai năm nay. Tuy có phần cực khổ song hai vợ chồng có nhiều thì giờ gần gũi nhau nhiều hơn. Đời lính chỉ được về thăm nhà hai lần một năm, mỗi lần chỉ có được bảy ngày thôi. Đó là lý do mà Mai đã có mặt tại đây giờ nầy. Cách đây gần ba tháng, tôi đã khuyên Mai nên đem con về Sài Gòn sống đỡ với cha mẹ, song nàng đã từ chối lời đề nghị nầy. *"Chồng ở đâu thì vợ ở đó,"* Mai thường nói như thế khi có sự yêu cầu của tôi.

Thôi thì mọi sự trông cậy vào ơn Chúa. Hy vọng sẽ không có sự gì xảy ra cả.

Ngày 10 Tháng 3 Năm 1975

17:30 tối – Đêm phòng thủ chờ đợi địch tấn công
Phép lạ #1 Đêm bị địch đánh đặc công vào doanh trại

Sau bữa ăn chiều, tôi lại dặn dò vợ tôi (Mai) những điều cần phải làm nếu có báo động địch tấn công. Tôi cũng đã chỉ dẫn lại cho Mai cách xử dụng khẩu súng ngắn 22 ly. Sáng nay tôi đã có ý định đem vợ con ra ở nhà cậu Tư Vượn ngoài thành phố, song suy đi nghĩ lại rồi thôi không làm theo ý đã định. Tôi sợ trong lúc đánh nhau, nhở khi đơn vị cần phải rút lui thì không có cách gì đem vợ con theo được, và nàng sẽ bị kẹt lại tỉnh Buôn Ma Thuột một mình cùng hao con gái nhỏ thì tôi sẽ ân hận lắm. Thà ở chung trong trại dể bề xoay sở hơn. Một chết một sống với nhau thế thôi.

Tôi cẩn thận xem xét lại vũ trang cùng các thứ cần thiết và quấn quýt bên vợ con cho đến tám giờ tối thì chuẩn bị lên Trung Tâm Hành Quân của đơn vị xem xét sổ trực đêm nay.

Trong phòng trực tôi gặp thiếu tá Ph A K, ông là Chỉ Huy Phó của chiến đoàn 3 xung kích. Thiếu tá K cho biết rằng liên đoàn 21 Biệt Động Quân đã về tới Buôn Hô lúc 6 giờ chiều nay. Đã có mật hiệu cùng tần số liên lạc với họ rồi.

Phiên trực đêm nay được tăng cường gấp đôi nhân số:

Từ 18 giờ đến 23 giờ, trung úy Tr T L và trung úy M

Từ 23 giờ đến 3 giờ sáng là trung uý C và trung úy Ch

Từ 3 giờ đến 7 giờ sáng do đại uý Q và tôi phụ trách.

Lái xe Jeep một vòng chung quanh trại. Tôi quan sát thấy việc canh phòng có vẻ nghiêm nhặt hơn lệ thường nên lòng cũng an tâm hơn. Tôi vội về nhà với Mai cho nàng yên lòng và định ngủ một chút cho khỏe, chờ tới phiên mình trực.

Linh tính báo trước sẽ có chuyện lớn xảy ra trong đêm nay, nên tôi đã mang giày mà ngủ. Cẩn thận hơn, tôi để súng và dây ba chạt sát ngay đầu giường, chỉ cần với tay là có ngay. Đêm càng khuya, tôi càng trăng trở không thể ngủ được. Tai lắng nghe tiếng nhà máy điện của đơn vị vẫn còn đang chạy đều đặng. Bình thường thì phải tắt máy điện lúc 10 giờ tối, nhưng đêm nay đặc biệt, được phép chạy cả đêm hầu cho doanh trại có đủ ánh sáng.thỉnh thoảng có tiếng xe Jeep của sĩ quan trực đi kiểm soát; các toán lính bước trên đường đến vọng gác hoặc được đổi phiên.tôi thầm nguyện cùng Chúa gìn giữ cho tai qua nạn khỏi.là một tín hữu Tin Lành từ nhỏ nhưng ít khi cầu nguyện tương giao với Chúa mỗi ngày. Khi đối diện với sự khó khăn trước mắt, đã nhắc nhở tôi về Đấng Cứu Thế Giê-su, là Đấng làm được tất cả mọi sự. Lần đầu tiên tôi đã cầu nguyện rất tha thiết cùng Chúa, niềm tin trở lại trong tâm hồn và nhờ thế tôi có sự bình an hơn.

2:00 giờ sáng ngày 10 tháng 3 - Địch tấn công

Thình lình, những tiếng nổ long trời của các quả đạn đại pháo xé tan màn đêm yên tỉnh. Những tràng còi báo động của các đơn vị trấn thủ thành phố phát lên lanh lãnh. Tôi giụt nẩy mình ngồi dậy thật nhanh, vừa kịp choàng dây nịt đạn lên vai thì liên tiếp có nhiều tiếng nổ chát chúa ngay bên trong doanh trại.

-Địch tấn công thật sự rồi? sao mà hay vậy. Tôi thầm tự hỏi.

Ầm... đùng... đùng...Những quả đạn súng cối nổ ngay trước cửa nhà chúng tôi đang ở. Không còn chần chờ nữa, tôi phóng tới đưa tay tắt điện trong nhà. Trong bóng tối Mai cuống quít ôm choàng hai con gái nhỏ. Tôi cũng hối hả chạy lên văn phòng chỉ huy sau khi giúp Mai ôm hai con chạy ra hầm chống pháo kích cạnh nhà như đã chuẩn bị trước kia.

Các anh em Lôi Hổ mỗi người một hướng chạy ra các chiến hào đã định trước. Tôi chạy thẳng lên Bộ Chỉ Huy của đơn vị với áo giáp và nón sắt một cách an toàn. Tôi nhận thấy mọi người đã có mặt đông đủ.

Địch pháo kích dữ dội vào trung tâm thành phố và trong doanh trại của chúng tôi. Nhìn lên bầu trời về hướng thành phố, thấy sáng rực đạn lửa xẹt trong không trung, tiếp theo sau những tiếng nổ long trời. Còi báo động tiếp tục vang lên inh-ỏi không thôi.

Tình hình trong doanh trại Lôi Hổ chúng tôi cũng

không kém phần khốc liệt. Súng đạn hai bên liên tục nổ, đạn lửa xẹt bay tứ phía. Địch tràn đầy trong trại song không thấy tên nào cả, chỉ thấy những lằn tên lửa và tai nghe chát chúa những tiếng nổ đủ loại. Thật là hồi họp khi phải đánh nhau trong bóng tối vì không phân biệt được đâu là bạn và thù. Những tên đặc công ngụy trang thật nghề nên khó nhìn ra chúng. Tình trạng này rất nguy khốn, vì khó nhận diện nhau trong đêm tối có thể bắn lầm nhau nếu không cẩn thận.

Không biết vợ con mình bây giờ ra sao nữa, tôi hồi họp suy diễn những hình ảnh đen tối có thể xảy ra cho vợ con mà Bỗng buôn ra những tiếng thở dài. Tôi cố suy nghĩ về Chúa Giê-su và quyền năng của Ngài. "Dù tôi đi trong trũng bóng chết, cũng sẽ chẳng sợ tai họa nào, vì Chúa ở cùng tôi". Chúa ơi! xin Ngài cho thiên sứ bảo vệ các hầm chống pháo, nơi vợ con của con và của các anh em chiến sĩ đang ẩn núp. Xin Chúa ngăn trở những tên đặc công cùng những quả lựu đạn bê-ta dã man của chúng đã cố tình liệng vào các hầm trú ẩn để sát hại tất cả con người đang ẩn trốn trong đó. Nhà máy điện của đơn vị đã tắt ngủm từ lúc nào. Có lẽ nhà máy điện đã bị trúng pháo của địch hoặc đã bị phá hủy bởi các tên đặc công. Bóng tối bao phủ doanh trại cách rùng rợn. Xòe bàn tay ra trước mặt cũng khó mà thấy được rõ ràng.

Ầm... ầm..! Hai quả B.40 bắn trực xạ vào bộ chỉ huy của chúng tôi. Tòa nhà làm bằng bê tông cốt sắt, có bao cát phủ bên ngoài bị chấn động mạnh, cát bụi mù mịt bay vô phòng. Địch đã bắn vào bộ chỉ huy từ phía hàng rào kẻm gai bảo vệ trại cách đó độ chừng hai mươi thước. Đây cũng là yếu điểm trong sự phòng thủ của chúng tôi, vì phía bên kia bờ rào là khoảng đất tróng nối tiếp với đơn vị phòng thủ phi trường L.19, do đơn vị Kiểm Báo đảm trách.chúng tôi đã nghĩ rằng hàng rào nằm phía trong doanh trại và nằm giữa hai đơn vị, nên không để ý đến việc cắt cỏ dại mọc dầy đặc, cỏ đã che phủ tầm nhìn xa của chúng tôi.từ bộ chỉ huy ngó ra hướng đó thì chỉ thấy một màu đen. Địch đã lợi dụng yếu điểm nầy để núp và bắn B.40 vào một cách dể dàng. Chúng tôi chỉ cần đưa đầu lấp ló nhìn ra là bị bắn xối xả ngay!

Thế rồi chúng tôi gồm: Thiếu tá K, đại úy Q, trung úy C và thiếu úy B (là tôi) cùng nhau bàn tính rằng; phải chia phân nữa số người bên trong nầy, chạy ra chiến hào bao bọc chung quanh Bộ Chỉ Huy thì mới có thể thấy địch để bắn trả lại hầu bảo vệ bộ chỉ huy cách hữu hiệu hơn, và hình như các anh em trấn thủ ngoài đó đã bị bắn chết hết rồi? chúng tôi không còn nghe thấy tiếng súng của họ bắn trả lại chi cả?

Thế rồi tôi được lệnh đi đầu, dẫn theo hai người bị thương chạy lẹ ra ngoài về phía giao thông hào cách đó độ mười thước. Sau khi đã quan sát cho sự an toàn về hướng sẽ chạy tới. Tôi hối hả dẫn đầu hai anh chiến sĩ đã bị thương chạy nhanh đến chỗ đã định. Chúng tôi phóng xuống cái hố gần đó, quan sát thật nhanh, rồi cả ba cùng chồm lên phóng đến cái giao thông hào đã được chỉ định. Cám ơn Chúa đã bảo vệ chúng tôi an toàn chạy đến địa điểm an toàn. Khi ba người chúng tôi vừa rớt xuống rảnh thì bỗng tai nghe một tràng AK.47 bắn xối xả sau lưng. Nhìn lại thật nhanh, tôi chợt thấy hai bóng người ngã xuống hố sau lưng. Họ rớt xuống miệng hố cá nhân mà không có một tiếng kêu la chi cả.

Sau khi nghe tiếng AK.47 địch nổ chát chúa! Từ bên trong bộ chỉ huy, thiếu tá K kêu vọng ra ngoài.

- Đứa nào bắn đó... đứa nào bắn đó? Không nghe ai trả lời, ông gọi tiếp.

- Q ơi... C ơi... B ơi!

Khoảng gần hơn một phút sau, có tiếng trung úy C rên rỉ trả lời từ dưới lòng rảnh,

- C chết rồi. Hừ... hừ... hừ... tiếng rên phát ra từ chỗ hai người đã ngã gục. Trung úy C lập lại câu nói hai lần rồi im hẳn.

Mọi sự diễn biến quá nhanh làm tôi không kịp phản ứng gì cả. Bỗng có tiếng AK.47 bắn ra từ lùm cây cách nơi tôi núp khoản độ mười lăm thước. Thoạt tiên tôi tưởng rằng một trong các anh em canh gát cho bộ chỉ huy bắn ra? Nhưng rồi tôi lại thấy một bóng đen ngã quỵ xuống hố thì mới biết đó là do địch bắn vào từ phía hàng rào phòng thủ.

Thiếu tá K lại kêu vọng ra lần nữa,

- Q ơi ... C ơi ... B ơi!

Lần nầy ông vừa kêu tên chúng tôi vừa định bước ra ngoài quan sát. Vì sợ thiếu tá K bị địch bắn nếu sơ sót bước ra ngoài, tôi thét lên từ phía dưới giao thông hào.

- Việt cộng bắn đó, coi chừng. Vừa thét lớn cho ông K nghe, tôi vừa bắn một quả M.79 loại đạn chày về phía địch, đủ thì giờ để thiếu tá K rút lẹ vào bên trong! Vừa đúng lúc một tràng tiểu liên AK.47 bắn thẳng về hướng ông.

- Tách… tách… đạn AK.47 chạm vào tường khiến lửa văng ra tung toé. Tôi vội bắn tiếp một quả đạn chày khác về hướng địch đã bắn ra, và hình như tôi đã hủy diệt được tên địch nầy vì không còn nghe tiếng bắn trả lại như trước nữa. Tôi yên lặng quan sát, tai nghe tiếng súng nổ âm vang vẫn còn rải rác trong doanh trại.

Địch đã chiếm được doanh trại rồi chăng? Tôi còn đang suy nghĩ Bỗng nghe có tiếng rên từ chỗ trung úy C đã ngã gục vọng lên.

- Hư… hư… hư… đau quá đi! Vài phút sau thì vĩnh viễn im lặng.

Bóng đêm mù mịt chan hòa những tiếng nổ đủ loại. Lửa chớp nháng khắp mọi nơi. Tôi nghe lòng mình đau xót khi liên tưởng đến vợ anh C, nghĩ đến Mai vợ tôi, họ sẽ trở thành góa phụ khi trời hừng đông trong vài tiếng đồng hồ nữa đây. Hình ảnh trung úy C lại hiện ra. Chúng tôi mới vừa uống cà phê và nói chuyện với nhau đó. Bây giờ anh đang nằm chết dưới chiến hào lạnh lẻo, vợ con anh không hay biết chi cả. Rồi sẽ đến phiên tôi thôi!

4: 00 sáng

Tình hình chung quanh chỗ tôi ẩn núp và bộ chỉ huy có phần lắng dịu. Tiếng súng lẻ tẻ vẫn còn nổ trong doanh trại và phía bên kia đài Kiểm Báo. Chúng tôi ba người ngồi rải rác ra trong sự im lặng tuyệt đối. Một tiếng động vô ý thức là có thể bị bắn lầm bởi các chiến hữu khác vì trời tối khó mà phân biệt ai là bạn và ai là thù.

Sau chừng nữa tiếng im lặng, địch lại pháo dữ dội vào thành phố Buôn-Ma-Thuột. Nghe rỏ từng tiếng súng cối địch đề ba sát ranh doanh trại chúng tôi!

- Không biết vợ con tôi ra sao rồi? Chúa ơi xin cho trời sáng lẹ lên, tôi thầm nguyện trong lòng.

5:00 sáng

Những tia sáng ban mai của ngày mới le lói sau những hàng cây thông. Tia sáng của hy vọng. Tiếng súng dịu dần, tôi thở phào cảm thấy tâm thần nhẹ nhõm ra. Tầm nhìn xa tốt hơn, chúng tôi có thể phân biệt bạn và thù trong vòng 20 thước.

"Chắc chỉ có thế thôi", tôi suy nghĩ? Thường thì Việt cộng tấn công ban đêm và phải rút đi trước khi trời sáng. Trời sáng thì các đơn vị ta sẽ tổng phản công lại, thành phố sẽ được giải phóng. Tôi sẽ đoàn tụ lại với vợ và hai con gái nhỏ của mình. Vui buồn lẫn lộn. Những kẽ sống thì vui song những ai có người thân bị bắn chết thì sẽ buồn. Rồi sẽ có những tiếng than khóc khắp doanh trại khi sự thật phô bày sau trận chiến trong đêm. Kẽ mất chồng, người mất vợ con, ôi sao tang thương quá!

6:00 sáng

Đại Tá Vũ Thế Quan phán đoán chỉ là một đêm bị đánh đặc công mà thôi. Thành phố sẽ được bình yên trở lại sau một đêm dài ác mộng.

Các toán nhỏ của chúng tôi liên lạc được với nhau. Từng toán một chia đi lùng những tên đặc công còn ẩn trốn trong doanh trại. Nói đến tác chiến trong thành phố thì chúng tôi có nhiều kinh nghiệm. Chẳng mấy chốc thì các toán đã đuổi địch ra khỏi doanh trại. Một số lẻ tẻ đặc công còn bám sát bờ rào phòng thủ của phi trường L.19. Tôi trở vô bộ chỉ huy gặp lại thiếu tá K để chia sẻ tin tức. Thiếu tá K cho biết tình hình rất nghiêm trọng:

- Bộ chỉ huy của sư đoàn 23 đang bị pháo kích dữ dội

- Trung đoàn 95B của quân Bắc Việt đã chiếm tới Ngõ Sáu, chỉ còn cách tiểu khu độ chừng tám trăm thước mà thôi!

- Chiến xa T.54 của địch đang tiến dần vào tiểu khu.

- Đài kiểm báo bị địch tràn ngập. Thiếu tá chỉ huy trưởng của đơn vị nầy đang kêu gọi tiếp viện từ phía tiểu khu và anh em Lôi Hổ cả đêm đến bây giờ, song không hề có được sự giải cứu nào cả. Phải nói rằng tất cả các đơn vị chiến đấu của chúng ta đang bị lâm vào tình trạng nguy kịch như nhau. Không ai có thể tiếp cứu ai. Quân số anh em chúng tôi vỏn vẹn có chừng trên dưới 40 mươi người mà thôi. Phân nữa đơn vị đã biệt phái lên Pleiku để công tác cho Quân Đoàn II rồi. Ngoài ra có trên năm mươi đàn bà và con trẻ đang ở trong trại cần được bảo vệ. Chúng tôi kiểm điểm quân số thì thấy mất tám chiến sĩ! Vợ và hai con gái nhỏ cùng hai cô em vợ của thượng sĩ Th bị bắn chết trong hầm ẩn trú.

- Các toán nhỏ của chúng tôi liên lạc được với nhau

- Bộ chỉ huy tiểu khu bị trúng pháo kích. Trên không trung, hai chiếc phản lực cơ chiến đấu A.37 và khu trục AD.6 đang dội bom dữ dội, dưới hỏa lực của hai trung đoàn cao xa địch 232 và 234. Chúng bắn lên như mưa! Những đóm trắng chớp nháng bao phủ hai chiếc phi cơ đang bay làm cho tôi cảm thấy lo sợ cho hai phi công vô cùng. Những dàn cao xạ địch nổ rang sát bên vòng đai phòng thủ của phi trường, được che đậy bởi những tàn cây cao su trong đồn điền Pháp khiến tôi sửng sờ ra! "Việt Cộng đã tiến sát đơn vị chúng ta quá rồi, thành phố sẽ bị sa vào tay Cộng sản mất!" Tôi thầm nghĩ.

Thình lình tôi nghe tiếng kêu cứu từ máy truyền tin của đài Kiểm Báo. Tiếng kêu cứu cấp bách và khẩn thiết vô cùng.

"Xin các anh em Lôi Hổ tiếp cứu chúng tôi. Nếu không thì chúng tôi sẽ bị tiêu diệt." Trong tình thế nầy làm sao có thể tiếp cứu nhau được? Tôi thương xót cho họ quá.

7:30 sáng.

Trung sĩ Nguyễn Văn Ba, thuộc ban 3 hành quân bị bắn tỉa chết đang khi anh đi bộ từ bộ chỉ huy đến dảy nhà của ban 3 cách đó 20 thước. Việt cộng bắn ra từ phía bờ rào phòng thủ. Viên đạn AK trúng ngay tim khiến anh ngã chết liền tại chỗ. Điều đáng buồn là anh Ba có mặc áo giáp chống đạn song lại không gài nút áo.Viên đạn AK.47 nhè ngay chỗ hở trên ngực mà gim vào.Thiếu tá K ra lệnh góp xác các anh em tử nạn, đem về chứa tạm trong văn phòng của ban 3.Tên tuổi những anh em xấu số gồm: Đại úy Q, trung úy C, trung sĩ Ba, trung sĩ Long, binh nhất Tư và vài anh em khác nữa. Tạm thời phải dấu gia đình họ để tránh khẩn trương. Chờ cho tình hình thật sự an toàn thì sẽ cho gia đình họ hay sau. Nhìn xác của các anh em chiến hữu, tôi liên tưởng đến vợ con của họ, giờ nầy các bà vẫn đang còn ẩn trốn trong các hầm chống pháo, lòng thầm nguyện cho sớm bình yên để đoàn tụ khi trời thật sáng trở lại. Họ có biết đâu rằng chồng mình đã ra đi vĩnh viễn trong đêm qua rồi! Lòng tôi se thắt lại, nếu tôi còn sống thì sẽ nói gì với các chị ấy đây?

Một thảm cảnh khác là vợ con của thượng sĩ Thế gồm: chị Thế đang mang bầu tám tháng, hai con gái nhỏ cùng hai cô em vợ đã bị địch bắn chết tập thể ngay trong hầm chống pháo, trong câu lạc bộ của chiến đoàn. Chị thượng sĩ Thơ cũng bị bắn trong hầm nầy song không chết đã kể lại: "Có hai tên Việt cộng bò xuống hầm, chúng tôi hoảng hốt hét vang lên thì bị chúng bắn xối xả vào người. Các con nhỏ và hai cô em vợ của thượng sĩ Thế bị bắn chết trước hết. Cuối cùng thì chúng bắt bà Thế và tôi đứng gần lại thành một hàng, bà Thế đang có thai tám tháng, bà đã khóc lóc van xin tha mạng, song thằng Việt cộng chẳng dung tha, nó chĩa súng ngay bụng bà Thế và bắn xâu táo, đạn xuyên qua bụng bà Thế rồi đâm vào ngực tôi, và tôi ngã gục bất tỉnh không còn biết chi nữa. Tôi sống được là nhờ bà Thế đã che hết cho tôi đó".

Sau khi biết được thảm cảnh của gia đình thượng sĩ Thế, tôi vội xin phép thiếu tá K chạy về nhà tìm vợ con mình.

Về đến căn nhà tiền chế do Mỹ để lại, nơi vợ chồng chúng tôi ở với bao kỷ niệm đẹp. Tôi thấy căn nhà đã sụp đổ mặt trước do đạn pháo kích hay có lẽ là do bê-ta của đặc công làm hư hại nặng. Chiếc xe gắn máy Suzuki của chúng tôi có tên "xe đi phố phường" nằm lăn lóc giữa nhà, xăng đổ lai láng trên thềm xi-măng. Rãi rác chung quanh là những mãnh tóc, mãnh da người đầy máu vương vải khắp nơi. Tôi điến hồn chạy vòng ra nơi hầm chống pháo nằm ngay phía sau nhà thì gặp trung sĩ Lưu đang đứng đó.

Tôi vội hỏi:

- Anh Lưu đã tử thủ ở đây từ hồi tối đến bây giờ đó hả?

- Dạ phải đó thiếu úy. Nếu tôi đã không có ở đây thì chắc những người trốn trong hầm nầy đều chết hết cả rồi.

- Chuyện gì đã xảy ra vậy?

- Có hai thằng đặc công mặc quần đùi ở trần trùn trục. Trên mình chúng mang đầy bê-ta đã mò mẫm đến đây, chúng định liệng lựu đạn vào hầm thì bị tôi phát giác bắn trả. Hai tên đặc công hoảng hốt bỏ chạy sau khi đã liện đại sau lưng hai trái lựu đạn. May mắn là những trái lựu đạn đó đã không rớt xuống hầm, nơi mấy bà đang trốn.

Tôi thở phào nhẹ nhõm vì đoán được rằng vợ con mình còn sống trong hầm nầy. Tôi vội chạy xuống hầm và gọi to:

- Mai ơi… Mai ơi… em đâu rồi.

Trong hầm tối thui, không thấy rõ ai là ai cả. Tôi lại kêu tên:

- Mai ơi, em đâu rồi? Tất cả mọi người hãy ra ngoài hết đi. Trời sáng rồi.

- Em đây nè. Mai trả lời cách vui mừng và sau đó tiếng đàn bà con nít reo lên hỏi.

- Bộ yên rồi hả anh B?

- Tạm ổn, bây giờ lên trên được rồi song không được đi đâu hết đó nhe? Việt cộng còn đang núp ở ngoài vòng đai phòng thủ bắn vô đó.

Tất cả mọi người tuần tự bước ra khỏi hầm. Có chừng trên ba chục người gồm đàn bà và con nít. Sau khi hiểu rõ chuyện trung sĩ Lưu đã có công bảo vệ hầm. Ai nấy cám ơn anh Lưu đã cứu mạng rối rít. Riêng tôi được xum họp lại với vợ con, sau một đêm dài đầy hải hùng không có gì vui sướng bằng. Tôi ôm vợ và hai con vào lòng, hôn liên tục lên má vợ con. Thật hơn bất cứ lúc nào hết, tôi thấy sự hiện hữu của vợ con là một điều quý giá nhất trên thế gian nầy, quý hơn cả tiền bạc, địa vị và danh vọng trong xã hội mà tôi hằng đeo đuổi. Tôi cuối xuống ẵm con gái lớn Huỳnh Giao lên hỏi.

- Con có sợ không con? Có ba với mẹ ở đây thì con đừng sợ nghe?

- Con không sợ, ba đừng có đi bỏ nữa nghe ba?

- Ừ, Ba không bỏ con với mẹ nữa đâu. Tôi bùi ngùi khi phải nói láo với con như thế, vì chút nữa đây không biết chuyện gì sẽ xảy ra? Tỉnh Buôn Ma Thuột sắp bị cộng sản tàn sát rồi con ơi. Cảnh chia ly tàn khóc sẽ xảy ra con có biết không con?

Tội nghiệp cho con gái nhỏ, mới có hai tuổi đời mà phải chịu cảnh chiến tranh tan thương khói lửa đầy sự chết chóc. Sự sống còn của gia đình rất mong manh. Riêng con gái thứ nhì là Ru-tơ sinh ra ngày một tháng một, được chừng hơn hai tháng, đang ngủ an lành trong lòng mẹ, bình an vô sự, không hề biết chuyện gì đang xảy ra. Không lẽ mới có hơn hai tháng chào đời mà phải chết hay sao Chúa? Nghĩ đến đây, tôi khẽ kéo Mai ngồi xuống núp phía sau ụ cát bảo vệ chung quanh nhà và cầu nguyện với Chúa rằng: "Lạy Chúa Giê-su, là Đấng đã chết thay vì cớ tội lỗi của thế gian. Ngài là Đấng làm được mọi sự và ở đâu cũng có. Ngài đã hứa cho những kẻ tin Chúa rằng, dù con đi trong trũng bóng chết cũng chẳng sợ tai họa nào, vì Chúa ở cùng con". Lạy Chúa yêu thương, bây giờ chúng con đang ở ngay trong trũng bóng chết đây. Xin Chúa sai thiên sứ Ngài gìn giữ chúng con. Xin Chúa mở đường cho chúng con thoát ra khỏi trận địa ghê gớm nầy, Xin Chúa dẫn đưa chúng con về đến Sài Gòn an toàn. Chúa ơi, trong trũng bóng chết nầy con xin dâng hai con gái là Huỳnh Giao và bé Ru-tơ lên cho Ngài, cầu xin Chúa gìn giữ hai con gái của chúng con. Đặc biệt ngay bây giờ con xin dâng bé Ru-tơ cho Chúa. Kính xin Ngài làm Chúa và làm chủ đời sống Ru-tơ. Sanh ra trong chiến tranh, Ru-tơ vỏn vẹn có hơn hai tháng, chúng con chưa có dịp đem cháu dâng lên Chúa trong nhà thờ như đã làm cho Huỳnh Giao. Xin Ngài ban cho con gái được khỏe mạnh và bình yên, thoát khỏi cảnh chết chóc tang thương mà chúng con đang bị lâm vào, Amen".

Chúng tôi nghĩ rằng nếu cả gia đình bị chết trong bom đạn thì ít nhứt Ru-tơ cũng đã được dâng lên cho Chúa như cháu Huỳnh Giao. Đây là vốn liếng còn lại của người tín hữu Đấng Christ từ thuở còn nhỏ đến bây giờ. Tôi chỉ nhớ đại ý một câu trong Thi Thiên 23 câu

4 mà thôi. Sau khi cầu nguyện cùng Chúa, chúng tôi cảm thấy lòng bình yên và mạnh mẽ hơn. Không còn sợ hãi nữa.

"Dầu khi tôi đi trong trũng bóng chết, Tôi sẽ chẳng sợ tai họa nào; vì Chúa ở cùng tôi; Cây trượng và cây gậy của Chúa an ủi tôi." Thi-thiên 23:4

Sau khi cưới nhau về Cần Thơ ăn Tết 1971.
Sau đó bị đưa ra chiến trường Buôn Ma Thuột

Phép lạ # 2 Mai, vợ tôi kể lại trong đêm trại bị tấn công

Được sanh ra trong một gia đình trung lưu, tôi đã được nuôi dưỡng lớn lên trong sự chìu chuộng và sung sướng. Rồi khi đến tuổi cập kê, tôi đã chọn lấy chồng là một thiếu úy thuộc binh chũng Lực Lượng Đặc Biệt, sau nầy trở thành Nha Kỹ Thuật còn gọi là Lôi Hổ. Với sự yêu thương tuyệt đối của chồng, tôi được tiếp tục cuộc sống hưởng nhàn cho đến:

Ngày 1 tháng 2 năm 1975

Một nửa đơn vị của chồng tôi được chuyển ra Pleaku để thi hành công tác cho sư đoàn 22. Ngọc Báu, chồng tôi phải ra đi theo đơn vị. Mẹ con tôi vẫn còn ở trong khu trại gia binh dành riêng cho gia đình quân nhân. Ngày lại ngày trôi qua một cách chậm chạp, thế rồi cuối tháng hai toán quân của chồng tôi thi hành xong phận sự trở về lại Buôn Ma Thuột, phân nữa những toán khác thay đi hành quân Pleiku đất đỏ. Ngày xum họp thật vui và cảm động cho bất cứ gia đình quân nhân nào. Tôi vui mừng và hồi họp vô cùng…Chồng tôi xuất hiện trong đoàn quân trở về. Tôi như nghẹn thở trong thời gian chờ đợi, cảm xúc dâng tràn khi thấy mặt chồng. Chồng tôi bình yên trở về, không còn nỗi vui nỗi mừng nào hơn, bút mực và ý tưởng chắc chắn sẽ không diễn tả hết được.

Ngày 4 tháng 3, 75

Chồng tôi có lệnh đi họp với thiếu tá K ngoài tiểu khu và bộ chỉ huy sư đoàn 23. Khi họp trở về thì chồng tôi có vẻ lo lắng cho tình hình chiến sự đang xảy ra chung quanh tỉnh. Anh lo lắng cho mẹ con chúng tôi sẽ gặp khó khăn nếu có cuộc tổng tấn công của cộng sản. Thế rồi chồng tôi phải đi họp mỗi ngày như thế với tiểu khu. Nhìn khuôn mặt và sự trầm lặng của anh cho thấy tình hình mỗi ngày càng khẩn trương hơn. Chồng tôi chạy lo phương tiện để gởi mẹ con chúng tôi về Sài Gòn lánh nạn, hầu để anh dễ dàng đánh trận. Tôi im lặng làm theo lời anh, sắp xếp mọi hành trang gồm quần áo của tôi và hai con gái cùng một ít của chồng tôi để sẵn sàng ra đi. Mặc dù tôi không muốn xa chồng tôi chút nào cả, vì chồng tôi mới về xum họp với gia đình vỏn vẹn có bốn ngày…

Thật là vui mừng cho tôi, sau năm ngày lo tìm phương tiện để đưa mẹ con tôi về Sài Gòn bị thất bại. Tôi mừng thầm vì được ở gần chồng, không bị về Sài Gòn với cha mẹ. Đời sống của những người vợ Việt Nam có chồng trong quân đội vẫn thường giống nhau. Gần gũi và lo lắng cho chồng được ngày nào thì mừng và cám ơn cho ngày đó.

Ngày 8 tháng 3 - Chồng tôi lại đi họp cả ngày.

Trong doanh trại lúc nầy các anh em lính tráng chạy tới chạy lui trông có vẻ gay cấn lắm. Hình như tình trạng có phần khẩn trương hơn. Ngày qua ngày chậm chạp và lắng đọng lại. Bầu trời hình như đoán biết được sự việc không hay sẽ xảy ra nên có vẽ buồn ãm đạm. Hay là tại tôi linh tính báo trước được việc gì đó…không biết…cứ chờ chồng tôi về hẵn hay.

Sáng ngày 9 tháng 3 - Chồng tôi được gọi họp báo khẩn cấp với Quân Đoàn và Tiểu Khu cùng với Chỉ Huy Phó của anh. Khi trở về, tôi thấy anh lo súng ống và áo giáp lại rất kỷ càng! Không lẽ chưa đến kỳ mà anh lại bị đưa ra Pleiku hành quân nữa sao? Không cầm lòng được…tôi buột miệng hỏi.

- Anh làm gì vậy anh? Bộ phải đi công tác nữa hả?

- Không phải… sau vài phút ngập ngừng… thở dài… chồng tôi nói tiếp.

- Em à, đêm hôm nay chắc sẽ có đánh nhau lớn!

- Sao anh biết?

- Tin tình báo thu thập cả tháng nay cho thấy đêm nay tụi nó sẽ đánh vào tỉnh Buôn Ma Thuột mình đó em. Nếu có chuyện gì, em ẵm các con chạy núp dưới hầm nha.

- Dạ!

Hầm, mà chồng tôi nói là một banker do quân đội Mỹ đã dựng nên để lại cho quân đội chúng ta khi họ rút quân vào 1972. Không ai săn sóc quét dọn nên rất hôi hám và ẩm ướt. Tôi thường thấy rắn vào ra đó luôn, vì nhà chúng tôi ở chỉ cách đó chừng ba mươi thước mà thôi. Tôi rất sợ rắn nên không muốn bước xuống đó đâu, chỉ dạ để chồng tôi yên tâm và vui lòng.

Ngày hôm đó qua lê-thê, mọi người mọi vật như sắng sàng chờ đón một cái gì ghê gớm lắm. Ăn cơm tối xong, vợ chồng tôi không ngủ sớm như thường lệ. Vì đêm đó nhà máy điện được lệnh chạy cả đêm, thay vì cúp máy điện vào mười giờ tối như lệ thường. Hơn nữa mọi người đều không ngủ được, họ nghe ngóng và chờ đợi. Một vài bước chân qua hiên nhà nơi vợ chồng tôi ở, những mẩu đối thoại của họ cũng bình thường mà tôi hay thường nghe. Tôi mệt mỏi quá và muốn đi ngủ, chồng tôi âu yếm chiều tôi...

Ầm... Ầm... Đùng... Đùng... như những tiếng sấm sét của cơn bão lớn nửa đêm đánh thức tôi dậy. Chồng tôi choàng dậy thật nhanh, anh hối hả mặc áo giáp cùng súng đạn để sẳng đầu giường, miệng thì hối tôi.

- Em, ẵm con chạy mau xuống hầm mau lên...

Tôi chưa tỉnh hẳn, đã cảm thấy một luồng khí lạnh chạy từ phía dưới lưng lên thẳng trên óc! Không lẽ? Tôi không kịp đọc hết tư tưởng của tôi, thì đã vội vàng trồi dậy, vâng lời chồng, một tay lo ôm choàng lấy đứa con gái sơ sinh, một tay vội ẵm đứa con gái lớn.

- Để anh ẵm Huỳnh Giao cho (tên đứa con gái lớn). Em lo cho Ru-tơ đi (đứa con gái nhỏ).

- Dạ!

Tôi vội lấy đôi dép chạy theo chồng xuống hầm,

tôi không sợ nữa vì có chồng ở cùng. Tôi hơi lo âu! Vì quên chai sữa cho Ru-tơ, không dám chạy ra lấy mặc dù chỉ cách đó có ba mươi thước

Sau khi hướng dẫn mẹ con tôi xuống hầm, để Huỳnh Giao nằm ngủ trở lại trên đùi tôi với bé Ru-tơ trong lòng, chồng tôi đứng dậy hối hả chạy trở lên. Tôi không dám hỏi nữa vì biết anh phải đi làm phận sự của người thanh niên trong thời chiến…

Tâm hồn tôi Bỗng chết… chồng tôi đó, anh phải đi lên dùng tấm thân của anh để đỡ đạn đại pháo địch đang bắn vô… Ít có hy vọng… Tôi cuối xuống ôm chặt hai con vào lòng…tê tái đến đổi tôi không khóc được. Tâm hồn tôi giá băng, có lẽ nước mắt đã đong thành đá! Tôi cúi xuống hôn hai con, tôi khẽ gọi, "Anh yêu ơi!"

Ngồi trong hầm tối đen và hôi hám không biết đã bao lâu…Tôi nghe tiếng nổ đủ loại…tiếng người chạy rộn rịp. Bà vợ của thiếu tá K và ba con chạy xuống để núp cùng hầm, rồi bà vợ trung uy C và con gái nhỏ, vợ trung úy T và bốn đứa con gái. Tôi chỉ đưa mắt nhìn lướt qua họ, không một ý tưởng nào khác trong óc tôi lúc đó là, "không biết ảnh còn sống không?" Bỗng, có Trung úy T chạy vội vã xuống hầm, vừa thở hào hển vừa nói bằng tiếng Huế,

- Thôi chết rồi! Chết rồi, chết nhiều quá rồi, lần nầy chắc chết hết!

- Anh Tuyên, tôi vụt miệng muốn hỏi, nhưng không

thành câu. Tôi muốn hỏi thăm về chồng tôi nhưng cảm thấy sự sợ hải chạy len lén vào hồn. Không, tôi không muốn biết. Tôi không muốn nghe…tin xấu của chồng tôi. Tôi chưa đủ can đảm để tiếp nhận. Thà tôi đừng biết… để có hy vọng…Tôi miên man trong những ý nghĩ đen tối…Nếu chẳng may…? Không…không thể nào chồng tôi chết được…nhưng sao khá lâu rồi mà anh ấy vẫn chưa trở lại, dù chỉ để viếng thăm ba mẹ con tôi? Tôi cảm thấy chưa bao giờ xa anh ấy lâu như thế. Mỗi khi anh về là vợ chồng chúng tôi quấn quít bên nhau mãi thôi…Anh ấy phải biết tôi nhớ và lo cho anh ấy lắm chứ…Tại sao anh ấy chưa trở lạ!

Ầm… Ầm… tiếng bom nổ lớn sát bên tay làm tôi chợt tỉnh. Cả banker nơi chúng tôi ẩn núp run chuyển mạnh. Thì ra hai trái bom vừa nổ trên miệng hầm Ôm lấy hai con… tôi ngồi… chết sững.

Tiếng súng đạn dường như thưa dần. Tôi liếc nhìn lên trên miệng hầm, hình như trời đã tờ mờ sáng. Mặt trời thật đã bắt đầu lên, một ngày mới đang đi đến? Ah, tôi vui mừng bật lên tiếng reo mừng nhỏ. Cơn ác mộng chắc đã qua đi. Ngày lên rồi mà. Chồng tôi chắc sắp trở lại! Một vài người lính Lôi Hổ với những giọng nói quen thuộc vang lên, kêu gọi và hối thúc vợ con họ đi đâu đó. Chỉ vài phút sau, thêm một nhóm đàn bà con nít chạy vào hầm chúng tôi đang trú ẩn: Bà vợ đại úy Q cùng hai con gái nhỏ, một bé gái mới sanh một ngày sớm hơn Ru-tơ của tôi. Bà thượng sĩ S với năm đứa con trai… Tại sao thế kìa? Chẳng lẽ còn đánh nhau? Không biết thị xã Buôn Ma Thuột đã ra sao? Bao nhiêu câu hỏi dồn dập đến! Không có câu trả lời.

- Mai ơi... Em có sao không? Tiếng hét gọi của chồng tôi trên miệng hầm. Tôi ôm hai con vụt đứng dậy và chạy thẳng lên trên không kịp để suy nghĩ. Thấy mặt chồng, tôi vội chạy lại ép mình tôi trong mình chàng. Nghẹn ngào, một tay cầm súng, một tay ôm lấy tôi và hai con. Chồng tôi hôn lên má và tóc tôi cùng hai con gái nhỏ! Tôi nhắm nghiền mắt lại tận hưởng niềm vui sướng. Chồng tôi vẫn còn sống, chàng vẫn còn đó. Ôi còn niềm vui mừng nào hơn.

Ánh sáng mới tinh sương làm mắt tôi bừng mở. Trước mắt tôi hình như máu và xương người! Tôi chợp mắt định thần nhìn kỹ chung quanh chỗ vợ chồng tôi đứng đầy mùi máu tanh. Cách hai mét từ miệng hầm trú ẩn! Thịt và xương người văng tung tóe! Ngửng đầu lên, Chúa ơi căn nhà của vợ chồng chúng tôi đã bị nổ tan tành, vẫn còn ngút khói, có lẽ đã trúng đạn pháo của Việt cộng. Ru-tơ chợt chuyển mình thức giấc, con gái bắt đầu ngọa ngoẹ khóc, nhìn lại thấy ngón tay cái của con đã ở trong miệng. Tôi chợt nhớ bình sữa của con còn ở trong nhà. Tôi trao hai con cho chồng ẵm, để lò mò đến căn nhà sụp đổ, đứng trước cửa, tôi hơi sợ vì thấy máu me vung vẩy trước sân nhà. Tôi ngần ngại trong chút lác! Không được! Hai con tôi đang đói. Tôi bậm môi, lấy can đảm đi thẳng vào căn nhà đã sụp đổ, cố chui vào tìm bình sữa cho con. Bình sữa kia rồi, tôi bò sát bụng, cố gắng vượt qua những chướng ngại vật để lấy hộp sữa cho con tôi. Tay tôi chạm được hộp sửa đang bị kẹt trong góc nhà. Kéo mạnh tay, tôi đã lấy được hộp sửa. Chợt, tôi rú khe khẽ trong cổ họng và bò lui lại đàng sau, rồi đứng dậy chạy nhanh ra ngoài! Kế hợp sửa là chiếc xe Suzuki ngã lăn long lóc. Bên cạnh chiếc xe, một bàn tay! Phải, một bàn tay người bị đứt khúc đẫm đầy máu khô. Tôi không còn thì giờ và trí óc để nhận xét thêm! Rùng mình, cơn lạnh nào chợt đến làm tôi nổi gai óc…

Ru-tơ khóc càng lớn. Tôi vội vàng lấy đại nước lạnh pha vào sửa đặc có đường cho con bú, và một ly khác cho Hùnh Giao uống. Xong xuôi, chúng tôi ngồi phệt đại xuống một chỗ có thể núp đạn được. Tôi nhìn chồng tôi, im lặng như chờ một câu nói. Anh hiểu ý… anh lắc đầu nhìn thẳng vào mắt tôi nói.

- Hết đường chạy rồi em ơi, nhìn xem kìa, anh chỉ về hướng vườn cao su. Chiến xa T.54 với cờ đỏ sao vàng địch đang bao vây trại chúng tôi!

Bàng hoàng, tôi lặng nhìn lại hai đứa con, chúng nó còn quá nhỏ, có tội tình gì phải sống trong mưa pháo… người giết người, cùng màu da, cùng giòng máu Việt Nam. Tàn sát nhau như chuyện của A-bên và Ca-in ngày xưa trong Kinh Thánh… Thế gian đầy tội lỗi! Tôi tự trấn an với ý nghĩ đau lòng! Tôi thì thầm, "không đến đổi, dù sao mình cũng được chết chung với nhau còn hơn nhận được tin anh gục ngã một mình đêm qua!"

Trời đã sáng tỏ, không một tiếng động. Đã hơn

nữa giờ rồi vẫn chưa thấy động tịnh nào khác ngoài tiếng gió thổi vi vu những hàng thông xanh ngát. Vợ chồng chúng tôi ngồi gần bên nhau… nhìn nhau… chờ đợi. Thình lình…

- Ầm… Ầm… một trái phóng lựu M.79 do quân cộng sản bắn nổ ngay trên đầu chúng tôi. Việt cộng bắn sang chúng tôi chỉ cách một con đường, chừng năm mươi thước trở lại! song không thấy địch ở đâu. Không buồn bắn lại, chồng tôi ngồi đó ăn đỡ một nắm cơm đã gần khô do tôi tìm được trong căn nhà đổ nát của chúng tôi trước đó. Tôi thầm nghĩ: "đây có lẽ là bữa ăn cuối cùng với nhau!"

Đạn M.79 lại nổ dồn dập ngay trên mái tôn làm chúng tôi điếc cả tai. Vì giấc ngủ của bé Ru-tơ, tôi đành nghe lời chồng tôi một lần nữa, bồng hai con xuống trở lại căn hầm tối và ẩm ướt! (Mai ngừng viết)

Mai và con gái Huỳnh Giao đứng trước nhà trong khu gia binh! Trước khi thành phố Buôn-Ma-Thuột bị tấn công ngày 9 Tháng 3 năm 1975

Phép lạ #3 Mở đường máu thoát ra khỏi trại

5: 00 giờ chiều ngày 11 Tháng 3, 1975

Thị xã Buôn Ma Thuột đã thất thủ hoàn toàn. Thành phố tràn ngập các lực lượng Cộng sản. Các đơn vị nằm trong đài Kiểm Báo thuộc sân bay thành phố, thường hay gọi là Phi Trường L.19 đã bị chiến xa T.54 của trung đoàn 95B cùng các đội đặc công khống chế gần như toàn bộ, chỉ còn một góc nhỏ cuối phi trường do các anh em Lôi Hổ chúng tôi trấn giữ thì chúng chưa chiếm được. Đặc công địch được tiếp viện thêm, chúng bắt đầu bám sát và đánh chúng tôi ác liệt.

Những phi tuần AD.6 của không quân ta bay lên yểm trợ cho các đơn vị bạn bị những dàn cao xạ địch bắn lên như mưa bão. Nhìn thấy hai chiếc khu trục AD.6 bay chậm chạm mà lòng cảm thấy nóng ruột làm sao, sợ họ bị trúng đạn phòng không.

Vì thành phố đã loan tin thất thủ nên các phi tuần thả bom không còn chính xác. Đã có hai lần trại chúng tôi bị AD.6 thả bom ngay trên đầu. Bất cứ chi di động thì bị xem như là địch. Đàn bà con nít trong trại bị bom, họ bỏ hầm chạy ngang chạy dọc, la khóc rân trời là một miếng mồi ngon cho phi cơ thả bom thêm.

Chúng tôi nghe các đơn vị chiến đấu của Tiểu Khu báo cáo thất thủ liên tục trong máy truyền tin, họ bỏ trận tuyến bảo vệ thành phố và rút quân vô rừng.

- Có tin hai chiếc khu trục AD.6 đã bị cao xạ địch bắn rơi.

Thiếu tá K kêu cứu không yểm. Từ phi trường Hàm Rồng căn cứ ở Qui Nhơn cho bay lên hai chiếc A.37 để yểm trợ chúng tôi. Nhìn hai chiếc phản lực A.37 bay vun vút tận mây xanh, mỏng manh như hai cây kim lóng lánh dưới ánh mặt trời, nhào tới nhào lui giữa những chùm pháo của địch tỏa ra như màn lưới cá, đạn cao xạ phủ trùm hai chiếc phản lực. Địch bắn rát như mưa nên hai chiếc phi cơ bay rất cao khiến bom thả không chính xác, bom rớt ngay trong doanh trại chúng tôi, thay vì ngoài vòng đai trại.

Địch đang siết chặt doanh trại của chúng tôi với những chiến xa T.54 Những dàn cao xạ địch nổ rân trời sát bên màng tai làm anh em chúng tôi thất kinh và lòng bị rúng động. Tình hình cho thấy các lực lượng địch chuẩn bị tấn công vũ bảo. Nếu không có tiếp viện thì chúng tôi sẽ bị nuốt sống. Tôi tự hỏi.

-Làm sao mà các lực lượng địch có thể vào đến tỉnh một cách quá dể dàng? Chúng đã đi vô ngã nào mà không bị phát giác? Các tiểu đoàn địa phương quân phòng thủ đâu cả rồi? Đâu là trung đoàn 43 và liên đoàn 21 Biệt Đông Quân mới được đưa về từ Pleiku? Lòng tôi ngổn ngang, suy nghĩ trăm mối mà không có câu trả lời.

6 giờ chiều - Địch tấn công chúng tôi mãnh liệt hơn.

Vì trại quá rộng mà quân số thì quá ít. Thiếu tá K ra lệnh cho tất cả các toán tập trung về một góc của trại để tử thủ. Địch tràn ngập các dảy nhà gần bệnh xá, chỉ cách chúng tôi chừng ba mươi thước. Chúng bắn B.40 vào các dãy nhà còn lại, cốt hủy phá nơi ẩn trốn của chúng tôi. Bom đạn nổ rân cả một góc trại. Tiếng AK.47 địch bắn nghe chát chúa bên tai. Các anh em chiến hữu trực diện với địch hoảng sợ, bỏ chạy ngược vô phòng tuyến cuối cùng, bỏ tróng mặt tiền diện, nơi có hầm trú ẩn trên năm mươi đàn bà và con nít, trong đó có cả vợ con của tôi! Tôi rối trí lên không biết phải làm sao? chỉ biết bắn trả lại phía địch vài trái phóng lựu M.79. Việt cộng cũng bắn trả lại những quả lựu đạn M.79 nổ chụp ngay trên mái nhà, nơi chúng tôi ẩn núp. Thêm vài anh chiến hữu bỏ chạy ra sau lưng, chỉ còn vỏn vẹn có tôi và thượng sĩ S. Bỗng đâu một quả M.79 khác nổ sát ngay ụ cát trứơc mặt thượng sĩ S, đất cát bay tung tóe lên đầu cổ của chúng tôi. Ông sợ quá, bỏ chạy tuốt xuống hầm trú ẩn nơi có vợ con ông và của tôi ẩn trốn. Tôi cứ tưởng là ông chạy xuống hầm để kêu mọi người bên dưới chạy lên để di tản ra phía sau, vì mặt tiền đã bị đánh thủng? Nhưng sau vài phút chờ đợi không nghe động tịnh chi từ dưới hầm. Tôi lại bị hứng thêm vài trái M.79 trực xa. Địch hình như chuẩn bị tràn qua phía chúng tôi từ phía bên kia bệnh xá. Nếu chúng tấn công qua thì đám đàn bà con nít sẽ bị lâm nguy! Tôi quýnh quá chạy lẹ đến miệng hầm và hét lên.

- Tất cả mọi người chạy lên ra khỏi hầm... di tản ra phía sau ngay lập tức.

- Mai ơi, Mai, lên khỏi hầm ngay. Không ai trả lời

chi cả; tôi hốt hoảng chạy xuống hầm và hét lên như trước.

- Tất cả mọi người ra khỏi hầm lo di tản mau lên.

Thế rồi, đàn bà con nít la hét chen lấn chạy lên miệng hầm. Tôi trấn thủ phía trên, cố bắn trả lại vài quả M.79 về phía địch, cố bảo vệ cho mọi người có thì giờ chạy lên khỏi hầm, nhờ thế nên địch không bắn vào đám dân sự nầy.

Vợ con tôi đây rồi, tôi vội vàng tiếp Mai ẵm cháu gái Huỳnh Giao và hướng dẫn vợ con chạy về phía sau, cũng là địa phận an toàn cuối cùng của chúng tôi! Bây giờ là đường cùng rồi. Chúng tôi có thêm vài anh em Lôi Hổ kể cả thượng sĩ S tử trận và bị thương.

Phạm vi tử thủ càng nhỏ dần lại, vợ con các anh em chiến sĩ là một trở ngại rất lớn. Làm thế nào bảo vệ họ bây giờ, không lẽ tất cả đều phải chết tại đây hay sao? Suốt đêm qua và gần trọn một ngày không ngủ làm chúng tôi vô cùng mệt mỏi, hy vọng được tiếp viện tiêu tan vì các đại đơn vị có nhiệm vụ bảo vệ tỉnh đã bỏ thành phố rút vô rừng đi về hướng Nha Trang. Không còn một sự chống cự nào mãnh liệt từ trong thành phố nữa cả. Chúng ta đã thua trận một cách dễ dàng như thế sao? Thiếu tá K cho biết có lệnh từ Bộ Chỉ Huy ở Sài Gòn, bắt anh em chúng tôi phải tử thủ Buôn Ma Thuột!

- Thật là quá đáng, họ tưởng chỉ có mấy chục anh em Lôi Hổ là vạn năng hay sao?

- Chúng tôi có thể chống trả lại trên ba sư đoàn địch trong khi các đại đơn vị với hàng ngàn lính có nhiệm vụ bảo vệ tỉnh đã bỏ chạy cả rồi? Thật là một quyết định không sáng suốt. Nhìn lại vợ con mình và vợ con của các đồng đội đang thiểu não, bò lăn bò lết trước các lằn tên mũi đạn của cộng sản mà cảm thấy buồn giận hơn. Tôi cầu nguyện cho Thiếu tá K xử lý nhanh lẹ sáng suốt rút quân theo Sư Đoàn 23. Nếu tôi là ông K thì ra lệnh mở vòng dây, bảo vệ vợ con anh em chiến sĩ rút theo các đơn vị lớn từ lúc ban đầu kìa. Nhiệm vụ của những toán Lôi Hổ là để yểm trợ tình báo cho các sư đoàn chứ không phải để bảo vệ lãnh thổ. Bây giờ các sư đoàn đã rút quân rồi thì mình rút theo. Tại sao phải sợ! Tại sao lại tử thủ chứ? Tử thủ thì sẽ chết hết mà thôi.

Việt cộng mở những đợt tấn công mạnh hơn. Chúng tôi bị dồn vào một góc nhỏ! Thêm vài chiến sĩ nữa tử trận và bị thương.

19:00 Mở đường máu cho gia đình thoát thân trước

Cuối cùng thiếu tá K phải đồng ý cho mở đường máu chỉ để di tản đám dân sự ra khỏi trại, tiện bề cho các anh em chúng tôi xoay sở đánh trận.

Tôi và trung sĩ L, trung úy Th có nhiệm vụ phá rào và bảo vệ đám dân nầy. Hướng dẫn đoàn người về mé hàng rào phòng thủ hướng mặt ra bến xe thành phố, bên kia hàng rào là bãi đất trống nối liền với bến xe Mới, cũng còn gọi là cây số Ba. Kẽ thì cắt phá ráo kẽm gai, người thì hướng dẫn đàn bà và trẻ con leo rào trong lửa đạn.

Cuối cùng thi chúng tôi đã ra khỏi trại dưới những quả M.79 của địch nổ chụp trên đầu, khiến vài người đã bị thương song cám ơn Chúa không có ai bị thiệt mạng cả. Tôi cũng cám ơn Chúa cho mọi sự việc xảy ra một cách mau lẹ và an toàn. Hình như vợ con anh em chiến sĩ đã quen rồi, họ không còn sợ hãi như trước, nên việc leo rào thoát ra khỏi trại tương đối mau lẹ hơn. Việt cộng bắt đầu bắn đuổi theo đám dân sự nầy dồn dập hơn. Chúng tôi bắn trả lại, dân sự chạy tán loạn về hướng bến xe mới. Một số anh em chiến hữu khác nóng ruột cho vợ con nên ôm súng chạy theo để tiếp cứu người thân. Thế là chúng tôi bị chia cách với các anh em bên trong sau khi di tản đám dân sự ra khỏi trại. Tình trạng cho thấy không thể trở vô an toàn được nên các anh em chúng tôi quyết định bảo vệ đám dân sự nầy ra bến xe, nơi có dân chúng tụ tập rồi tính sau.

Tôi vừa ẵm con gái Huỳnh Giao vừa đỡ vợ tôi đi nhanh hơn ra khỏi tầm đạn của địch bắn theo từ phía trong trại. Đi chừng độ bảy tám trăm thước gần đến bến xe mới. Tôi thấy một ít thường dân còn lảng vảng ở đây. Dừng lại trước căn nhà lụp xụp đã bỏ trống, tôi vào trong tìm nước cho vợ con uống đỡ khát. Tôi cũng tìm được một ít quần áo dân sự cho tôi và Mai để sử dụng trong tương lai, sau đó chúng tôi cùng những người khác tiếp tục kéo nhau đi ra cây số Ba cách đó năm bảy trăm mét.

Ra đến cây số Ba, thấy người ta đi lại tấp nập hơn, đa số dân chúng tụ tập ở đây đã chạy ra từ trung tâm thành phố. Ai nấy tay xách nách mang, quần áo lủ lượi, mặt mày hóc hác. Có cả các anh em chiến sĩ của liên đoàn 21 Biệt Động Quân rút về đây từ Buôn Hô. Họ chưa biết phải làm gì, vì chưa có lệnh rõ ràng. Từ chỗ nầy nhìn về hướng trại Lôi Hổ, độ chừng một cây số đường chim bay. Thế mà tại đây có vẽ bình yên quá, còn trong kia thì bom đạn ầm ỉ đầy chết chóc. Đơn vị bên trong cần được tiếp viện song không được ai tiếp cứu. Lính tráng ngoài nầy đứng đầy hai bên đường hút thuốc phì phào, chờ lệnh để phản công song không có được lệnh chi cả. Có nhiều anh em chiến sĩ của sư đoàn 23, pháo binh, thiết giáp, địa phương quân, cảnh sát, ôm súng đi lang thang tìm đồng đội sau gần hai ngày bị đánh tản lạc khắp nơi. Chúng tôi cũng như bao người khác đi đứng lang thang không biết phải làm sao, lính thấy dân, và dân thấy lính rồi tụ họp quây quần chia sẻ tin tức cho nhau. Ai nấy chờ đợi sự tiếp viện đến từ Sài Gòn (trong lúc ấy, không ai biết được rằng liên đoàn 21 Biệt Động Quân đã được lệnh rút ra khỏi Buôn Ma Thuột đi về Khánh Dương! Thế là Buôn Ma Thuột hoàn toàn bị bỏ rơi!

Chúng tôi cũng như bao người khác, hy vọng có sự giải cứu, nên không suy nghĩ đến việc lội bộ theo đoàn dân ra Khánh Dương cách đây trên bốn chục cây số (lúc ấy Khánh Dương chưa bị mất vào tay cộng sản)

Nhiều gia đình trong số anh em chúng tôi sau khi thoát hiểm ra khỏi trại đã tự động rời nhóm, đi về nhà người quen ở chung quanh đây. Kiểm điểm lại thì chỉ còn vợ chồng tôi và hai con gái nhỏ, vợ chồng trung úy Th có con trai nhỏ là Ngọc bằng tuổi con gái lớn Huỳnh Giao của chúng tôi, vợ đại úy Q (anh đã bị bắn chết trong đêm) cùng có hai bé gái, mẹ thiếu úy Tr và vợ trung úy Ch mà thôi.

Chúng tôi theo đoàn dân di tản vào đồn điền Pháp CHPI (Copanei des Hauts Plateaux Indochinois) gần bên để chờ đợi và ẩn trú như bao ngàn người dân khác. Trong đồn điền có những nhà kho lớn làm bằng bê-tông cốt sắt dùng để chứa cà phê. Mỗi nhà kho có thể chứa được ba bốn chục người. Dân di tản nằm, ngồi chen chúc với nhau. Tất cả nhà kho, lớn hay bé đều đông đúc những người. Tôi ước lượng có trên ngàn người đang ẩn lánh ở đây.

Chúng tôi mới vừa tìm được chỗ tạm trú cho tất cả thì Bỗng nghe vợ đại úy Q khóc thảm thiết! Chuyện gì đây? Thì ra chị Ch đã tiết lộ cho chị Q biết, chồng chị ấy đã tử trận trong đêm qua! Chị Q khóc nức nở, xỉu lên xỉu xuống đôi ba lần, làm chúng tôi phải dành nhiều thì giờ dỗ dành và an ủi chị ấy. Nhìn lại trong toán, chỉ có tôi và trung úy Th là đàn ông mà thôi. Những anh em khác tản lạc đâu hết cả. Có lẽ ai nấy cùng suy nghĩ như nhau rằng: "Buôn Ma Thuột sẽ không mất", nên tìm chỗ tạm trú đâu đó để chờ Thành phố được giải cứu rồi sẽ trở về đơn vị mình.

Sau vài giờ tạm trú ở một nhà kho đông đúc, chật chội, hôi hám vì quá đông người. Tôi hướng dẫn cả toán tìm đến nhà anh bạn người Pháp lai cũng ở trong khu đồn điền. Anh là dân Việt lai Pháp, đang làm việc cho đồn điền mà tôi đã có dịp quen biết trước đây. Từ chỗ nhà kho đang ở đi đến nhà anh George chỉ cách chừng trên hai trăm thước mà thôi. Cám ơn Chúa đã đưa dắt chúng tôi đến nơi an toàn, không bị phi cơ của chúng ta phát giác. Vợ chồng anh George rất tốt. Anh chị đã giúp đỡ vợ chồng tôi cùng những người đi chung rất nhiều. Khi gặp hoạn nạn mới biết rõ lòng người là thế nào, tôi suy nghĩ? Tội nghiệp Huỳnh Giao và con gái nhỏ Ru-tơ của tôi. Sau hai ngày sống trong bom đạn làm hai con sợ quá sức, chúng cứ bám sát vào lòng mẹ và im thinh thích! Không một tiếng rên la hay đòi ăn uống chi cả. Ru-tơ thì rất bình an, ngủ ngon lành trong lòng mẹ, không hay không biết chuyện gì đang xảy ra chung quanh mình. Nhìn gương mặt non nớt và vô tư của hai con mà thương chúng vô cùng. Cám ơn Chúa đã cho Mai khỏe mạnh, nàng đã đổi ý cho con bú sữa mẹ thay vì sữa bò như đã làm khi trước nên không bị trở ngại thiếu sữa cho Ru-tơ uống.

Thật không có gì sốt ruột hơn, nhất là lúc nầy. Một ngày trôi qua sao dài lê thê đi.

Tình hình tỉnh Buôn Ma Thuột càng tang thương và thất vọng hơn.

Chúng tôi lấy tin từ những người dân từ phố về cho biết:

- Sư đoàn 23 và các đơn vị địa phương đã rút đi lặng lẽ.

- Liên đoàn 21 Biệt Động Quân cũng biệt tăm!

- Không tin tức chi về những anh em Lôi Hổ còn tử thủ trong trại chi cả!

- Các phi tuần đánh bom của quân ta mỗi ngày mỗi cách xa thánh phố hơn và không trở lại. Trung úy Th hết thở dài lại thở vắn, anh không nói được một lời nào cho chúng tôi vững lòng. Các bà thì thỉnh thoảng khóc than, kể lể đủ điều làm cho đầu óc tôi rối ren hơn. Tôi đề nghị cùng anh Th vứt bỏ quần áo trận, đổi sang quần áo dân sự, dấu vũ khí trên mái nhà. Tôi chỉ còn mang đôi giày nhà binh, dấu trong người cây súng ngắn, hai quả lựu đạn chanh, địa bàn mà thôi. Tôi nghĩ nếu có bị bắt và bị gạn hỏi về đôi giày này thì tôi sẽ nói là lượm được từ những đống quần áo của quân ngụy bỏ lại sau khi hoảng sợ tháo chạy. Tôi muốn mang nó vì đang toan tính dẫn đoàn người băng rừng đi ra quận Khánh Dương, chỉ cách đây độ hơn bốn chục cây số về hướng Nha Trang. Hai quả lựu đạn sẽ chỉ dùng khi sanh tử với địch.

Vợ trung úy Ch trà trộn ra ngoài cây số Ba, chị ấy trở về cho biết Việt cộng đã chiếm trọn thành phố. Chiến xa T.54 của chúng đóng chốt tại các ngã đường trọng yếu. Chị cho biết đã thấy những đám cháy về hướng trại Lôi Hổ.

- Trại mình đã bị cháy hết rồi! Vừa nói chị vừa khóc hu... hu

Chị Chất nói tiếp:

-Tôi mon men đến gần trại hơn để xem cho rõ thì bị lính trong đó bắn ra, nên tôi phải chạy ngược về đây. Tin nầy làm cho các bà khóc ré lên, khiến cho gia đình anh chị George thất kinh không biết chuyện gì.

Các bà vừa khóc vừa nức nở kêu tên chồng. Chị Ch vừa khóc vừa than trách:

- Anh ơi, anh chết sống ra sao rồi, tại sao anh không theo bảo vệ em như anh B và anh Th chứ?

Tôi cảm thấy tức bực về lệnh tử thủ từ Sài Gòn bắt chúng tôi tuân theo, thay vì mở rào di tản đám gia đình binh sĩ, thì cùng nhau bảo vệ vợ con mình thoát nạn có được không? Chúng ta không tử thủ vì cấp sư đoàn đã rút lui trước kia mà? Bỏ mặc vợ con giữa cơn binh biến kinh hồn như thế nầy thật là không phải lẽ. Cả thành phố chạy loạn trong bom lửa đạn, họ là đàn bà con nít, như chiên con giữa muôn sói, làm sao chống chọi với bao nguy khốn đầy cảnh giết chóc chứ? lại khiến chúng tôi bị kẹt ở đây vì phải chờ đợi họ, nhỡ nếu bị lọt trong vòng tay cộng sản, không biết sẽ ra sao nữa!

Sau cùng để trấn an các bà, tôi buột miệng nói một cách quả quyết rằng.

- Họ không có sao đâu, họ đã rút đi hết rồi. Bây giờ chúng ta phải nghĩ cách đi ra Khánh Dương. Chúng ta sẽ đoàn tụ với họ tại đó. Quân đội miền Bắc đã chiếm được trọn tỉnh. Chúng ta phải cẩn thận hơn những gì mình nói và làm nha. Chúng tôi tất cả ngồi yên lặng sau đó, không biết họ đang nghĩ điều chi, riêng tôi thầm nguyện xin Chúa Giê-su giải cứu cho tất cả ra khỏi tỉnh, tôi cũng thầm nguyện cho quân tiếp viện đến yểm trợ Khánh Dương kịp lúc trước khi quá trễ.

Đoàn dân di tản

Cộng Sản tiến vào thành phố Buôn Ma Thuột

Ngày 12 tháng 3 Năm 1975 - Mất hy vọng tiếp viện
Phép lạ # 4 Buôn-Ma-Thuột thất thủ

Tình hình cho thấy sự tiếp viện chỉ là hư không. Cộng sản đã hoàn toàn kiểm soát thành phố. Chính quyền Cộng sản đã ra lệnh:

- Các cán binh ngụy phải ra đầu thú.

- Giáo chức, trai tráng phải ra trình diện

Chúng bắt thanh thiếu niên đi khuân vác, dọn dẹp thành phố. Các thành phần chiến binh và giáo chức ngụy ra đầu thú thì phải đi học tập ở Ban-Đong.

14:00 giờ Đang khi còn trú ẩn trong đồn điền Pháp

Tôi đang ẵm cháu Huỳnh Giao, đứng nhìn theo hai chiếc phản lực A.37 xuất hiện cao vút trên không trung. Có ích lợi chi đâu chứ? những trái bom nặng nề rớt xuống vào chỗ dân chúng ở mà thôi. Tội cho đám dân di tản, họ đi lũ lượt từng đoàn là miếng mồi cho phi cơ thả bom! Làm sao phân biệt được đâu là địch và đâu là dân chứ. Thành phố đã thất thủ hai ngày trước, các binh chủng của ta đã tháo chạy hết cả ra ngoài ngoại ô thành phố rồi, chỉ còn dân chúng bị kẹt ở giữa những làn tên mũi đạn của đôi bên. Xác dân chết nằm rải rác khắp nơi.Chúng tôi đã chứng kiến có một gia đình gồm cha mẹ và con cháu chết trọn vì một quả bom thả bởi phi cơ ta.Trái bom rớt gọn lỏn vào một nhà kho chứa cà phê, nơi có trên ba mươi người ẩn trốn trong đó. Chỉ có bà ngoại còn sống sót, bà ngồi khóc ngày và đêm kế những xác chết hôi thúi của người thân yêu và miệng bà cứ lảm nhảm, "Chết hết rồi bà con ơi. Tôi còn sống với ai đây."

Tây đồn điền phải tụ họp nhân viên của họ để khiên tất cả xác chết ra rừng cao su chôn cất tập thể. Lúc nầy xác người chết chẳng khác chi chó mèo, chỉ được vùi lấp đơn sơ. Không mộ bia hay tên tuổi chi cả. Thân nhân người chết sau nầy nếu muốn tìm thì chẳng biết đâu mà kiếm. Có vài lần chúng tôi kinh hãi vì các phi tuần của ta thả bom quá gần! Bom rớt cách chúng tôi độ chừng năm mươi thước thôi. Nhà của George nằm sát vách tường của đồn điền. Bên kia bờ rào là những dàn cao xạ địch đang ngụy trang dưới những tàn cây cao su bắn lên như mưa mỗi khi có phi tuần của chúng ta bay lên. Tiếng súng cao xạ nổ sát bên tai. Tôi độ tầm xa chừng hai trăm mét cách chúng tôi mà thôi. Nếu cái đà nầy tiếp diễn tôi e sẽ có ngày ăn bom của A.37 quá! Thật không ngờ mình đang ở sát hang cọp! Trong khi tôi đang đứng mãi mê ngắm theo hai chiếc A.37 đang bay lượn trên không trung, như đùa giỡn với hàng ngàn đóm nổ có hình như bắp ran bao phủ hai chiếc phản lực thì Bỗng có sáu tên địch trèo tường vô lúc nào! Chúng đang đi bộ đến chỗ tôi đang đứng. Khi chúng đến cách tôi chừng mười thước thì Mai phát giác ra trước, nàng chết điếng không biết phải báo động cho tôi như thế nào, thì vừa kịp lúc tôi quay lại thấy một anh cán bộ mặc đồ xanh, nón cối có phù hiệu ngôi sao đỏ, mang súng ngắn, được bảo vệ bởi năm anh lính khác có trang bị tiểu liên AK.47 và B.40 đi tới. Tôi làm bộ như không thấy họ, thủng thỉnh ôm con đi vào trong nhà. Vợ tôi đứng lại ở ngoài nói chuyện với họ một cách bình thường. Mai cho biết họ đến xin nước uống, đồng thời dò la xem có quân ngụy trốn bên trong đồn điền hay không. Mai chỉ chỗ có nước cho họ lấy. Sau đó chúng cám ơn rồi trèo tường về lại phía bên kia. Sau sự kiện nầy, tôi không dám bước ra ngoài bừa bải nữa. Chúng tôi suy nghĩ, nếu chúng đến lần nữa thì thế nào cũng vào nhà lục soát, lúc ấy phải làm sao đây? Leo lên nóc nhà hay nhảy ngược sang phía bên kia bờ tường trốn?

Tôi cảm thấy bối rối hơn và nhận thấy ở đây lâu không ổn, phải có kế hoạch đi ra khỏi nơi nầy càng sớm càng tốt. Chúng tôi mở radio dò tin tức, nghe trên đài Tổng Thống Thiệu nói oang oang. Ông hứa nhất quyết tái chiếm Buôn Ma Thuột bất cứ bằng giá nào, làm chúng tôi có phần an tâm đôi chút.

Ngày 13 tháng 3

Thế là đã bốn ngày kẹt cứng trong đồn điền CHPI nên không nắm vững tin tức ngoài phố như thế nào. Người ta cho biết cộng sản đã hoàn toàn làm chủ tình hình tỉnh. Tiếng súng ngày càng xa dần về phía Khánh Dương. Nếu không bận rộn vợ con thì tôi và Th đã băng rừng đi mất rồi. Tội nghiệp Mai quá, nàng đã khóc nhiều lần trên vai tôi. Mai thường bảo tôi hảy để mẹ con nàng ở lại Buôn Ma Thuột một mình, còn tôi thì hãy lo trốn đi. Mai và hai con sẽ ra phố tìm Cậu Tư nhờ vã lúc khó khăn, rồi cũng sẽ tìm cách đi về Sài Gòn sau. Chỉ sợ cho tôi là thiếu úy Lôi Hổ, nếu bị họ bắt thì chắc sẽ bị giết chết! Bụng dạ nào tôi có thể bỏ ra đi như thế chứ? thế nên tôi nhất định không làm theo ý nàng. Chúng ta thề cùng sống hoặc cùng chết với nhau thôi. Thật không có lúc nào tình nghĩa vợ chồng khắn khít với nhau hơn lúc nầy. Vắng tôi một chút là Mai đi tìm tôi ngay và ngược lại tôi cũng thường làm như thế. Chúng tôi sợ bị mất nhau vô cùng! Nếu có chết thì chết chung với nhau chứ người sống kẻ chết thì không gì khổ hơn. Có vài lần Mai bảo tôi lấy lựu đạn để tự sát cả gia đình thì nàng an lòng hơn. Tôi nói Chúa không cho phép tự vận. Ngài sẽ có cách giải cứu chúng ta mà.

Từ trên mái nhà của anh George nhìn ra đường, tôi thấy Cộng sản đã ung dung lái xe trên đường phố. Ngày cũng như đêm, chúng dùng tất cả các phương tiện di chuyển bỏ lại sau lưng của quân dân ta để vận chuyển người và đồ tiếp tế. Nhiều xe chở đầy dân trên đó và có những xe khác chở đầy các lính bộ đội. Những đoàn xe Motolova ngụy trang lá cây di chuyển quân ngược xui. Tôi hoang mang không biết chúng chở đám dân kia đi đâu? Chắc chắn là đám công chức hay những người có liên quan đến chế độ củ bị bắt ra trình diện, rồi bị đưa đi học tập thôi. Lệnh cho quân nhân và công tư chức ra đầu thú và trình diện đã áp dụng hai ngày rồi. Nghe nói bác sĩ Minh bị chỉ điểm nên đã bị bắt. Suy nghĩ đến đây, tôi khẽ nhìn sang trung úy Th, thấy anh ngồi lặng thinh với gương mặt thất thần. Phải tìm cách thoát thân thôi, tôi suy nghĩ một cũng liều mà hai thì cũng phải liều. Thà bị bắn chết trong lúc đào tẩu còn hơn ngồi đây chờ cho chúng đến bắt.

Các bà đi phố về cho biết chợ búa đã nhóm lại bình

thường. Vài quán cà phê đã mở cửa lại. Một số lính bộ đội hí ha hí hửng lái xe gắn máy của Nhật mà họ đã thu nhặt trên đường phố. Vì chưa có kinh ngiệm lái xe gắn máy, nên họ đã làm trò cười cho dân chúng. Có người đụng vào gốc cây, có kẽ chạy ủi vào dân chúng hai bên đường. Có anh thì không biết sang số, nhè số một cứ chạy hoài, tiếng máy rú lên ầm ĩ. Chúng cũng bắt những thanh niên để tóc dài phải cắt ngắn lại.

14:00 chiều- Dời chỗ ở

Sau khi bàn luận với nhau, tôi và Th quyết định rời chỗ đang trú, vì nơi đây quá gần mấy dàn cao xạ địch đang bố trí phía bên kia tường. Chúng tôi cũng sợ phiền lây cho gia đình anh chị George sau khi đã có lệnh ra đầu thú, nên muốn dời đến một nhà kho chứa cà phê cách đây chừng vài trăm mét. Phải di chuyển thật yêm lặng và lẹ làng kẽo Tây đồn điền phát giác được thì khốn cho. Đã xảy ra nhiều lần trước đây, vì sự di tản bừa bãi của dân tị nạn nên bị phi cơ phát giác, các phi tuần AD.6 hay A.37 ngỡ là quân Cộng sản đang di chuyển nên họ thả bom ngay vào trong đồn điền, giết hại nhiều người dân vô tội.

Thật quả y như dự đoán, sau gần năm phút di chuyển bị Tây đồn điền phát giác! Thằng Tây chạy xổ đến chúng tôi gầm thét, chưởi rủa trợ trẹ bằng tiếng Việt:

- Đồ chó, đồ ngu, đi hoài máy bay nó thấy nó bắn chết hết.

Vừa chưởi nó vừa xua đuổi chúng tôi đi cho lẹ ra khỏi đồn điền của nó. Chúng tôi dìu dắt nhau chạy lẹ, ẩn dưới mái hiên nhà, rồi lần theo đó mà chạy về hướng đã định sẵn. Tội nghiệp mấy bà có con nhỏ, họ ẵm bồng con cố chạy cho nhanh vì sợ mấy thằng Tây, vừa sợ phi cơ phát hiện bắn xuống. Ai nấy ngất ngư muốn xỉu vì đuối sức. Mấy bà càng thêm kinh hải khi phát hiện những xác thường dân chết nằm rải rát đây đó trong đồn điền. Họ cũng chỉ là dân tị nạn chiến tranh như chúng tôi. Cộng sản chưa kịp giết thì đã chết bởi những quả bom thả lầm của quân ta. Chua xót và đau đớn làm sao.

Chúng tôi chạy tới được bờ tường của đồn điền, còn đang loay quay tìm cách để leo ra (vì tường cao trên hai mét) thì một trong những người Tây thương cảm cho những người đàn bà có con nhỏ, nên anh đã kêu chúng tôi lại, và chỉ cho chỗ tạm trú đến ngày mai trong một kho chứa cà phê cạnh bên.

15:00 giờ

Vào bên trong, chúng tôi quan sát thấy nồi niêu son chảo, chiếu mền lật đổ ngổn ngang song không có ai hết. Sau đấy biết được ra rằng họ đã bỏ chạy sau những trận bom thả nhầm của phi cơ ta. Nhà kho kế bên có năm người chết, xác và máu me còn y nguyên vương vải khắp nơi. Nhìn thấy cảnh tượng trên, mấy bà sợ quá đòi đi nơi khác ở song tôi và Th khuyên cố gắng tạm trú qua đêm rồi tính sau, vì trời cũng gần tối rồi. Gần một ngày lo âu và chạy đôn đáo, ai nấy cùng đói bụng. Nhìn quanh quất không thấy có chi ăn được trong nhà kho. Tôi và Th lần mò qua các dãy nhà kế bên mong tìm chi ăn được cho đỡ đói. Chúng tôi lần mò qua dẩy nhà có người chết, tìm được một nồi cơm còn hơn nữa nồi lấm tấm bụi và máu. Một ít canh thừa và nữa chai xì dầu. Đáng mừng hơn nữa là có cả hai tạ gạo còn nguyên chưa mở nữa. Tôi và Th tìm hai bao cát xúc đầy gạo đem về để dành. Tất cả mọi người chia nhau ăn ngon lành nồi cơm chan máu cùng canh rau với xì dầu, chẳng biết sợ là gì nữa. Hương vị xì dầu cùng canh thừa thật là ngon, tưởng chừng như chưa từng ăn bữa cơm nào ngon hơn như thế cả.

Đêm nay yên tịnh hơn mọi đêm. Cái yên lặng đầy đe dọa, cái bóng tối hải hùng làm mọi người không ngủ được. Thỉnh thoảng nghe tiếng súng vang vọng từ xa. Mỗi lần nghe tiếng súng nổ thì tôi chồm dậy, lòng mong manh hy vọng sự tiếp viện đến sau bốn ngày mòn mỏi chờ trông, nhưng tiếng súng ngày càng thưa ra và xa dần. Thỉnh thoảng tôi nghe từng đoàn xe Motolova, cùng tiếng xích sắt của xe tăng T.54 di chuyển trong đêm tối, khiến đám chó của dân đồn điền sủa rân từ đầu trên xuống đầu dưới. Đứng nhìn về hướng Khánh Dương, hỏa châu thỉnh thoảng bật lên sáng một góc trời. Tôi biết được rằng địch đang chuyển quân để tấn công về phía nầy.

Quận Khánh Dương cách đây chừng hơn bốn chục cây số mà thôi. Nếu chúng tôi chạy ra được tới đó thì hy vọng thoát được vòng tay địch. Liệu Khánh Dương có khả năng chống giữ được hay không? với tinh thần thua trận như thế nầy thì khó mà chống chọi được.

8:00 giờ sáng - Ngày 14 tháng 3.
Phép lạ # 5 Dân tị nạn bị đuổi ra khỏi đồn điền CHPI

Hôm nay Tây đồn điền cùng nhân viên nó đi kiểm soát hết trang trại. Họ đuổi hết dân tị nạn còn sót lại ra khỏi đồn điền! Lý do là tình hình chiến sự ở Buôn Ma Thuột đã ổn định rồi. Chánh quyền miền Nam đã bỏ ý định tái chiếm tỉnh. Quân BắcViệt hoàn toàn làm chủ tình hình ở đây. Tất cả mọi người phải trở về nhà mình, không có lý do để trốn trong đồn điền. Nghe tới đây các bà khóc ré lên, không chịu đi ra khỏi trại! Biết phải đi đâu đây? Ở nơi nầy còn an toàn chút đỉnh, vì là đồn điền Pháp nên Cộng sản chưa tiện vô kiểm soát. Ra ngoài phố là bị bắt ngay, công an và lính vũ trang của Cộng sản kiểm soát mỗi góc đường. Thấy mấy bà khóc quá, Tây đồn điền động lòng cho ở lại thêm một ngày nữa. Ngày mai bắt buộc phải đi ra, họ khẳng định như thế.

Chúng tôi cảm thấy tối tăm mặt mày khi ý thức được là mình hoàn toàn bị kẹt lại trong vòng tay cộng sản. Mấy ngày nay nếu đừng trì hoãn ở đây chờ tiếp viện thì chắc đã di tản theo đoàn dân ra đến Kháng Dương rồi. Tôi tự trách mình sao khờ quá! Tôi nhìn Th, và Th nhìn tôi mà hỡi ôi, còn các bà thì im lặng không ai nói một lời.

Tôi thăm hỏi những người dân đồn điền đi ra phố

về cho biết rằng dân chúng đã trở về nhà hai ngày nay rồi. Đường phố Buôn Ma Thuột đầy những quân cảnh có mang bản đỏ nơi cánh tay trái như quân cảnh của chúng ta. Mỗi toán kiểm soát của họ từ sáu đến bảy người, được trang bị súng cá nhân AK.47 và B.40 trấn giữ các ngã đường. Bất cứ đàn ông trai tráng là bị xét hỏi giấy tờ. Rất nhiều người đã bị bắt, bị còng tay bịt mắt dẫn đi trên đường phố. Có người khuyến khích chúng tôi ra đầu thú, họ nói.

- Ra đầu thú đi, chúng dể dải lắm không có sao đâu?

Dân chúng còn cho tôi biết những người có tên tuổi mà ai nấy ở trong tỉnh đều biết đến như:

- Đại tá Nguyễn Trọng Luật đã bị bắt.

- Đại tá Vũ Thế Quan đã ra đầu thú.

- Bác sĩ Minh bị bắt vì có người chỉ điểm v.v.

Nghe qua những lời trên, chúng tôi bắt đầu e dè hơn khi đối diện với những thường dân, nhất là những người khen thưởng cộng sản. Nào là họ tốt lắm, đi trình diện mấy ngày là họ thả về ngay. Ai không có gạo ăn thì ra văn phòng xã hội sẽ được cung ứng cho.

Tôi bàn với anh Th hướng dẫn gia đình băng rừng ra Nha Trang, thì họa may có cơ thoát được. Trở ngại lớn là Th và tôi có vợ yếu con thơ, vợ đại úy Q cũng có hai đứa bé, khó chịu nổi cảnh sống băng rừng. Lại sợ Thượng cộng nữa! Đây là ý định liều lĩnh, vì đường từ đây ra Nha Trang khoảng gần một trăm cây số. Đi băng rừng thì còn xa hơn vì phải leo đèo tuột núi. Ít nhất phải lội rừng trên một tháng. Nếu không bệnh tật thì chết đói với số đàn bà con nít ngây ngô nầy.

Tôi khuyên những chị nào không có chồng con ở đây thì hảy đi về thành phố nghe ngóng tin chồng xem sao. Riêng tôi và trung úy Th có đủ vợ chồng con cái với nhau thì có thể đi theo kế hoạch nầy được, vì nếu có mệnh hệ nào thì cùng chết chung với nhau cũng thỏa nguyện hơn. Kế hoạch mà tôi toan tính rất nguy hiểm, vì từ đồn điền cà phê nơi chúng tôi đang trốn tránh có ba mặt đi về thành phố, chỉ có mặt kia là rừng cà phê và cao su, nơi Việt cộng đang ẩn núp và che dấu các dàn cao xạ để bắn lên phi cơ chúng ta. Đi ra phố thì bị bắt liền vì công an và quân cảnh địch kiểm soát trên các ngả đường. Đi ban ngày thì sẽ bị địch phát giác ngay. Chỉ có một cách duy nhất là đi ban đêm. Nhắm hướng Nha Trang len lỏi mà đi, nhưng hoàn toàn không thấy chi cả. Rất dễ dàng bị đâm đầu vào nơi đóng quân của địch trong đêm. Ngoài ra sự di chuyển trong đêm đòi hỏi phải tuyệt đối yên lặng, không một tiếng động. Một tiếng ho nho nhỏ, tiếng cành cây hay lá khô bị đạp lên trong đêm cũng sẽ nghe rất lớn. Nếu địch nghe động tỉnh là chúng bắn xối xả vào thì chỉ có nước chết tan thây! Làm sao tránh trẻ sơ sinh và hai con trẻ không khóc được chứ? Vợ chồng tôi có Huỳnh Giao hai tuổi, Rutơ hai tháng. Anh chị Th có bé Ngọc khoàng hai tuổi rưỡi. Chúng sẽ khóc vì đói lạnh, muỗi cắn, gai góc đâm vào người. Thật là kế hoạch vô cùng liều lĩnh, song ít nhất còn có một ít hy vọng mõng manh nào đó, thay vì ở lại ra đầu thú cho chúng bắt giết.

Kế hoạch đầu tiên là làm sao quay trở về nhà anh George cách an toàn, vì nhà anh sát bờ tường của đồn điền. Phía bên kia tường rào là cánh rừng cà phê, nơi có thể trốn ra một cách an toàn để vượt thoát về hướng Nha Trang.

Ngày 15 Tháng 3- Trở lại nhà anh chị George

11:00 sáng

Trở lại nhà anh chị George lần nầy không bị mấy thằng Tây phát giác. Anh George không có ở nhà, hình như đã đi với ông chủ đồn điền ra phố hội họp với chính quyền cộng sản, vì có liên hệ đến sự an toàn của người Pháp và thẩm quyền của họ trên những đồn điền ở đây. Tôi trình bày cho chị George biết ý định chúng tôi sẽ làm tối nay, mong chị cảm thông và giúp đỡ cho những người còn ở lại đi tìm chồng con của họ như mẹ thiếu úy Tr, mẹ con chị Q và chị Ch. Chị George thật tốt, chị khuyên tôi đừng lo, chị sẽ làm được điều chi thì sẽ làm cho, chị cũng mong sao chúng tôi ra đi được bình yên vô sự trong tay Chúa. Chị George cho chúng tôi một ít thuốc cảm A.P.C loại quân đội hay dùng. Nữa chai rượu Whisky phòng hờ khi đau bụng. Tôi và Th chuẩn bị hai bao cát chứa đầy gạo và các thứ yếu mưu sinh khác. Vợ tôi và chị Th không có giày đi rừng nên chúng tôi tìm cho họ mỗi người ba đôi vớ nhà binh thật dầy. Cẩn thận hơn, chúng tôi xé một cái mền nỉ của quân đội bọc thêm bên ngoài đôi chân cho dầy thêm để có thể đi rừng. Khúc mền còn lại, xé ra bọc hai cháu nhỏ trên lưng theo kiểu của người dân tộc để tiện bề di chuyển trong rừng. Sau đó tôi leo lên nóc nhà, nơi dấu vũ khí, lựu đạn chanh, địa bàn, súng hỏa hiệu, màng hiệu, kính chiếu máy bay cùng khói màu. Chúng tôi quyết định bỏ lại những thứ không cần thiết. Chỉ cần mang theo địa bàn đeo tay, bốn quả lựu đạn chanh, khẩu súng nhỏ 22 ly ngắn nòng. Không đem súng AR 15 theo vì không thể đánh nhau với địch khi có đàn bà con nít ở sát bên. Vã lại chúng tôi giả thường dân nên không muốn bị bại lộ.

Tất cả mọi sự đều chu tất, chỉ còn dọ dẫm lối đi từ nhà George đến chỗ bờ tường, tìm nơi nào tiện lợi nhất để leo qua ra khỏi đồn điền. Vách tường đồn điền làm bằng gạch cao hơn hai mét, có lót miển chay bên trên, rất khó cho các bà có con trẻ leo qua. Được biết có một lỗ thủng trên tường khá lớn vừa đủ cho một người chui qua do dân chúng đục khoét mấy ngày trước đây, rất tiện cho việc chui ra vô đồn điền để lánh nạn mà không sợ bị mấy thằng Tây bắt gặp. Tôi tình nguyện đi dò xem cái lỗ chó nầy ở đâu. Chờ đến khoảng chừng mười một giờ đêm, tôi lần mò theo đường đất nhỏ ngoằn ngoèo, nhiều chổ nước đọng vũng lầy lội. Lối đi nầy dẫn đến bờ tường nơi có cái lỗ chó để chui ra. Chỉ cần năm phút sau là tôi đã đối diện với cái lỗ thủng nầy. Khom lưng xuống và chui đầu ngó ra ngoài, quan sát về hướng sẽ ra đi tối nay, một màu âm u đen tối ghê rợn vô cùng. Chút nữa đây cả vợ chồng con cái chúng tôi phải xả thân bò ra vào chổ âm u nầy, như đi vào địa ngục trần gian, sự sống thật mỏng manh như sương khói…Chúa ơi soi sáng và bảo vệ cho chúng con, tôi khẽ cầu khẩn cùng Chúa.

Sau khi nắm vững tình hình và lối đi, tôi lần theo lối củ trở về nhà George. Tôi đi thật nhẹ song không thể đánh lừa được lủ chó trong đồn điến. Chúng đánh hơi người di chuyển, sủa rân lên cả một góc làng, phá tan màn đêm u tịch.

Mọi người thở phào khi thấy tôi bước vô nhà. Mai đã chực sẵng, nàng ôm choàng lấy tôi mừng rở như đã cách xa nhau lâu lắm. Nàng sợ vì nghe tiếng chó sủa nhiều ngoài kia, không biết có sự gì xảy đến cho tôi! Tội quá cho Mai, nàng khóc rưng rưng rướm nước mắt, tôi vổ về và hôn lên má nàng như để trấn an, giúp cho nàng yên lòng. Sau đó tôi thuyết trình lần chót chi tiết kế hoạch, cách giữ sự yêm lặng như thế nào cho mọi người trước khi ra đi. Rồi tôi mời mọi người họp lại cầu nguyện xin Chúa ban phước và giữ gìn cho chuyến đi. Phải nói rằng không có lúc nào lòng kính yêu và tin cậy Chúa như lúc nầy. Kể cả anh bạn tôi là Th không hề biết Chúa là ai cũng hết lòng cúi mặt để tôi cầu thay cho một cách kỉnh kiền. Dù sao đức tin anh không có nên sự sợ hãi và lo âu hiện rõ trên gương mặt. Chị Th thì khóc rúc rít, khuyên chồng ra đầu thú, đừng theo anh B ra đi nguy hiểm và không có một chút hy vọng. Thật ra không có đức tin trong Chúa thì khó mà đi được. Tâm trí Th quá rối ren nên cũng không quyết định chi cả, anh làm bất cứ điều gì tôi đề nghị thôi. Anh cũng sợ bị ở lại một mình nếu tôi liều mạng ra đi. Theo anh thì thà đi hết hoặc ở lại hết. Vì thế anh chị phải đi theo chúng tôi. Chúng tôi quyết ý ra đi tìm tự do, nếu Chúa cho thoát được về đến Sài Gòn thì tốt, còn không thì thà chết với nhau. Sự chết lúc nầy đối với chúng tôi là một đặc ân cuối cùng. Một sự xum họp gia đình vĩnh cửu trên nước Chúa. Chỉ sợ một điều là không được chết chung với nhau thôi. Sự vượt thoát như thế chẳng khác nào đi tìm cái chết, song thà như thế để tìm con đường sống còn hơn ở lại thì chắc chắn chết.

12: 30 sáng ngày 16 tháng 3 năm 1975 - Phép Lạ # 6 Đêm xuyên rừng cao su và cà phê

Vừa quá nửa đêm của ngày 15 tháng 3 tức 12:30 sáng ngày 16 tháng 3. Chúng tôi từ giả mọi người và chị George ra đi. Từng người một biến vào trong đêm tối! Màn đêm tối tăm như con quái vật khổng lồ đang hả miệng chờ nuốt sống chúng tôi, tất cả đều cảm thấy hãi hùng. Phải nắm lưng nhau mà đi nếu không muốn bị thất lạc. Tôi dẫn đầu đoàn bảy người, lưng thì cõng Huỳnh Giao. Mai bọc bé Ru-tơ trước ngực, tay kia nàng nắm chặt lấy lưng quần tôi mò mẫm theo sau. Kế đến là Th cõng bé Ngọc trên lưng và vợ anh cũng nắm lấy nịt lưng anh theo sát phía sau. Đàn chó sửa to và hăng hơn lúc tôi đi dò đường, vì kỳ nầy có nhiều người di chuyển cùng một lúc. Tiếng chó sửa làm chúng tôi cảm thấy điếng hồn, lo sợ đánh thức mấy tên công an trước cổng thì khốn. Tôi lâm râm cầu nguyện Chúa cho thiên sứ Ngài khóp mấy cái mõm chó đó lại, không cho phép chúng nó sửa nữa và hình như chúng đã không sửa nữa ngay sau đó. Cám ơn Chúa!

Mò mẫm đi trong đêm tối độ chừng mười phút thì đến bờ tường, nơi có lỗ chó để chung qua phía bên kia. Tôi khom xuống lò đầu ra ngoài nghe ngóng và quan sát kỹ lưỡng thêm một lần nữa. Sau vài phút chờ đợi, tôi quỳ xuống đất lòn lách người chun hẳn ra phía ngoài. Tội thay cho con gái Huỳnh Giao tôi đang cõng trên lưng, bị vướng đầu vô đá nhọn khi phải chun qua tường, đầu cháu bị rướm máu vì bị tét một đường nhỏ, con gái bị đau khóc rấm rứt bên tai tôi. Tôi đau lòng quá. Chưa đi đến đâu mà con gái đã bị thương rồi. Tôi quay đầu lại khẽ dỗ dành con gái và nói: *"con đừng khóc lớn, Việt cộng nó nghe được nó sẽ cắt cổ ba đó".* Nghe tôi nói thế, Huỳnh Giao nín ngay lập tức. Điều nầy cho thấy con tôi đã có kinh nghiệm chiến tranh và biết sợ như thế nào rồi. Tội cho con gái, chỉ có hai tuổi đầu phải trải qua những cơn kinh hoàng của bom đạn. Ru-tơ thì vẫn ngủ ngon lành trong lòng mẹ, không một tiếng ọ-ẹ chi cả. Bé Ngọc con trai anh chị Th cũng im ru, thường khi cháu nó hay khóc cả đêm lúc còn ở nhà anh chị George.

Tôi đã trải qua tám năm đời binh nghiệp, đi nhảy toán nhiều lần song chưa có lần nào tôi có sợ như thế nầy! Vì hành trang mà tôi mang trên lưng kỳ nầy không phải là bom đạn song là hành trang sống, là hai con gái và vợ tôi. Đeo thêm hai bao cát đầy gạo và nước trên cổ vô cùng nặng nề. Sợi dây giày dùng để buộc hai bao cát lại đã cắt cứa vào làng da cổ, làm tôi cảm thấy rát và khó chịu vô cùng.

Chúng tôi theo địa bàn mò mẫm đi trong đêm tối một cách chậm chạp và thật khẽ. Chỉ cần một tiếng động nhỏ hay tiếng con nít khóc lúc nầy thì nguy hiểm sẽ đến. Với sức nặng mang trên lưng và trên cổ, phải khom lưng đi qua các cành cây rất là cực nhọc, song chúng tôi tiếp tục đi không dám trì hoãn một chút nào. Đêm tối như mực, rừng cà phê âm u những cành lá, tựa như con quái vật khổng lồ đang dương tay ra để chụp bắt chúng tôi lại. Xin Chúa ban thêm sức cho chúng con. Tôi cầu nguyện luôn thôi.

Sau một tiếng đồng hồ di chuyển, chúng tôi thấy thấm mệt nên tạm dừng chân dưới những lùm cây cà phê nghỉ mệt và nghe ngóng tình hình chung quanh. Thình lình chúng tôi nghe có tiếng người ngủ ngáy đâu đây.

- Ro… ro... ro o… khoảng cách chừng hai mươi mét trở lại.

Chúng tôi sững sốt, nắm tay nhau thật chặt để báo hiệu cho nhau có người chung quanh. Tôi nhìn địa bàn đeo tay, định hướng tiếng ngáy phát ra từ hướng đông, hướng mà chúng tôi muốn đi tới. Sau đó chúng tôi cùng nhau đi lệch sang hướng Bắc độ chừng vài chụt mét, rồi bẻ lại hướng Đông như củ. Điều trở ngại cho chúng tôi là không có bản đồ của vùng, chỉ biết là đi về hướng Đông Nam từ Buôn-ma-thuột sẽ ra đến Nha Trang.

Đi độ mười phút thì có tiếng ho khe khẽ bên cánh trái! Chúng tôi bẻ hướng sang bên phải đi tiếp với sự nghi vấn trong đầu? Chúng tôi đang đi xuyên qua đơn vị Cộng sản đang ngủ chăng? Vì sợ hãi nên những bước đi của chúng tôi không cẩn thận như trước. Vợ tôi và chị Th dẫm chân trên những cành cây khô kêu răn rắc, âm thanh nghe lồng lộng trong đêm trường tỉnh mịch. Cháu Ru-tơ lại bắt đầu ọ-ẹ khóc. Tiếng chân vấp váp lên những cành cây gảy đổ trên mặt đất kêu rơm rốp dồn dập hơn. Chúng tôi càng đi thì càng nghe nhiều tiếng động chung quanh, bày tỏ có nhiều người đang ngủ đâu đây. Hết lách sang phải rồi sang trái, cứ thế mà đi cho đến gần 5 giờ sáng. Rừng cà phê vẫn còn tối song không mù mịch như trước, có thể nhìn thấy lờ mờ vật chi đó cách xa chừng năm thước! Chúng tôi phát giác một toán quân cộng sản trên mười người đang cầm đèn pin đi gần đó. Đèn rọi qua rọi lại, như lục lạo tìm kiếm ai đó về hướng chúng tôi đang đứng! Chúng tôi kéo nhau ngồi xuống thật lẹ, ẩn núp sau một thân cây lớn đã ngã đổ, ai nấy nín im thinh thích!

-Mới nghe tiềng con nít khóc đâu đây mà. Một tên lính cộng sản nói

Tôi cảm thấy điếng hồn, vội đưa tay vào túi mò kiếm trái lựu đạn nhỏ cầm trong tay.

Nếu bị chúng phát phát giác thì đành sanh tữ với chúng thôi. Ánh đèn pin tiếp tục rọi qua rọi lại về hướng chúng tôi đang ẩn núp, song rồi lướt đi về hướng khác. Ai nấy thở phào ra…hú hồn…Tôi thầm cảm tạ Chúa đã che mắt chúng, vì chỗ chúng tôi đang ngồi trốn không phải là nơi kín đáo. Cám ơn Chúa giữ cho Ru-tơ và bé Ngọc không có khóc lúc này. Chúng tôi tất cả ngồi yên lặng thật lâu không dám cử động chờ trời sáng.

6:00 sáng -Tìm cách đi trở về nhà anh chị George

Trong đồn điền cà phê đã có chút ánh sáng xuyên qua những cành lá. Ngồi dưới gốc cây cà phê thì có thể nhìn xa độ 20 thước. Lúc này các anh em bộ đội đã thức dậy đi lại ngược xuôi. Ẩn núp dưới những gốc cây cà phê không mấy kín đáo. Tôi phải bẻ những cành lá của nó phủ xuống để che đậy gốc cây đang trốn cho kín hơn. Các anh em bộ đội đi từng toán từ 10 đến 20 mươi người, chúng đi qua đi lại dọc theo những lối mòn của vườn cà phê, người mang kẻ vác súng trên vai, vừa đi vừa hát không chút lo âu chi hết. Ngồi thu gọn dưới gốc cây cà phê mà lòng chúng tôi vô cùng lo âu bối rối. "Chúa ơi, chúng con đang bị kẹt giữa lòng địch quân, biết phải làm chi đâ?" Hừng đông, trời sáng hơn rất khó che dấu khi di chuyển! Dễ bị địch phát giác. Cả đêm qua chúng tôi đi nhiều lắm là 5 đến 6 cây số mà thôi. Mệt lã cả người và nhiều lần suyết bị lộ làm sao đi hết đoạn đường rừng còn xa trên 7, 8 chụt cây số đây? Cuối cùng Th và tôi quyết định đi trở lại nhà anh George! Ngoài ra cũng không có cách nào khác. Thế là chúng tôi bắt đầu định hướng quay trở lại nhà anh George. Trời sáng hơn rồi mới nhận ra những tàng cây cà phê phủ đầy sâu trắng, chúng bám khắp mình mấy chúng tôi làm ngứa ngáy làm sao ấy. Tội nhất là vợ tôi rất sợ sâu mà không dám hé môi.Đường đi trở lại nguy hơn lúc ra đi, vì trời sáng dễ bị phát hiện từ xa. Nhiều lần chúng tôi thấy những toán tuần tiểu của địch thì vội phóng nhanh vào dưới gốc cà phê để trốn. Tội con gái lớn Huỳnh Giao lúc này thức dậy cựa quậy trên lưng tôi đòi xuống đi tiểu, song tôi bảo con cứ tiểu đại trên lưng ba mà nó không dám. Cuối cùng thì con gái cũng phải tè đại trong quần trên lưng của tôi vì không thể nín lâu hơn nữa, càng đau lòng hơn khi con gái hỏi?

-Mình đi đâu vậy ba, nhà mình đâu sao không ở?

Nước mắt tôi ứa ra sau khi nghe những lời ngây thơ của con hỏi! Tôi thỏ thẻ bên tai con rằng,

-Nhà mình bị Việt Cộng bắn cháy tối hôm qua rồi con nhớ không? Nó bắn đùng đùng làm con sợ đó. Bây giờ mình đi trốn tụi nó.

Huỳng Giao hiểu ngay những gì tôi nói, đôi mắt lắm lét nhìn chung quanh trong sợ hải. Lúc này Ru-tơ cũng vừa thức dậy ọ-ẹ trong lòng mẹ. Mỗi lần như thế thì Mai vội vả cho con bú ngay thì nó không khóc nữa, song lúc này thì nó vẫn khóc vì có lẽ bị đau bởi những cành cây quẹt trúng khi di chuyển. Vợ tôi quýnh quáng đưa tay bụm miệng cháu lại để tiếng khóc không vang xa. Quả thật Chúa có gìn giữ nên quân địch đã không phát giác sự hiện diện của chúng tôi, nếu không thì bị bắt trọn cả toán. Nhớ lại những lần đi công tác, các toán gồm sáu bảy người rất giỏi đi rừng và tài ẩn trốn song vẫn có thể bị chúng phát giác và bị bắt. Bây giờ chúng tôi cũng là một toán song chỉ có tôi và anh Th hiểu biết cách đi rừng, còn hai vợ và ba con trẻ có đứa còn bú sửa thì làm sao đây? Thật có bàn tay của Chúa ở cùng mới không bị phát giác.

8:30 sáng

Mặt trời đã lên cao hơn, chúng tôi hết sức cẩn thận khi đi trở lại. Mỗi khi muốn đi từ chỗ này sang chỗ khác thì tôi phải quỳ xuống sát đất nhìn xa về hướng sẽ đi tới để xem có an toàn hay không rồi ra hiệu cho tất cả cùng đi nhanh đến chỗ đó. Và cứ thế chúng tôi đi mãi đến 9 giờ sáng. Tất cả đều mệt đừ người vì cả đêm di hành lo lắng sợ hải không ngủ. Phần khác vì thất vọng cho chuyến vượt thoát không thành phải trở về lại nơi xuất phát khiến chúng tôi không còn biết sợ. Tôi cứ nhắm hướng nhà anh George đi bừa không thèm để ý chi nữa hết vì nghĩ rằng trước sau gì cũng bị bắt hay bị bắn chết! Chuyện gì đến thì sẽ đến, có sợ mấy cũng không thay đổi chi được. Vì quá mệt chúng tôi bèn dừng lại dưới gốc cà phê, trải tấm mền nylon nhỏ ra trên đất, còn lấy cả mùng giăng lên cho bớt muỗi rồi cả gia đình chun vào đó nằm thở dốc. Điều này trái với sự ngụy trang và che dấu khi đi rừng, nhưng vì quá mệt nên bất cần, chỉ mong có những giây phút ngủ yên cho khỏe lại rồi đi tiếp thôi. Anh Th thì e-dè! chẳng dám để cho con nhỏ chung vào ngủ chung với hai con tôi, mắt nhìn dáo dát sợ hãi. Vợ chồng tôi nghĩ nếu Việt cộng đến bắt thì nổ lựu đạn chết chung với địch thế thôi nên chúng tôi tỉnh bơ, chung vô mùng nằm nữa trong nữa ngoài mà ngủ! Vì mùng quá nhỏ. Thật ra nào có ngủ chi được đâu? Tâm trí quá dao động. Bỗng tai nghe tiếng bước đi xào xạt trên lá khô rất gần về phía chúng tôi? Anh Th ngỡ tôi đang ngủ nên khẽ đưa tay vực tôi thức dậy. Tôi ra dấu cho biết là tôi có nghe thấy, song vẫn cứ nằm yên mắt nhìn về hướng người đang đi đến. Tôi thấy có năm anh lính cộng sản vỏ trang AK.47 trong bộ quần áo xanh, đầu đội nón cối đi cách chúng tôi chừng 20 m. Tên dẫn đầu đang ngó về hướng chúng tôi nằm rồi đi rẻ về hướng khác. Tôi thấy mỗi một anh lính đều ngó về hướng chúng tôi cách tò mò song cũng tiếp tục đi theo người dẫn đầu? Tôi biết Chúa đã làm cho chúng tâm trí mập mờ nên chúng tôi được bình an. Trong lúc này tôi nhớ lại đoạn Kinh Thánh Thi Thiên 23: 4 Chúa có nói: *"Dầu khi tôi đi trong trũng bóng chết, tôi sẽ chẳng sợ tai họa nào; vì Chúa ở cùng tôi;"*

Một câu khác trong Ma-thi-ơ 17:20b *"nếu các ngươi có đức tin bằng một hột cải, sẽ khiến núi nầy rằng: Hãy dời đây qua đó, thì nó liền dời qua, và không có sự gì mà các ngươi chẳng làm được."*

Thật không có lúc nào lời Chúa lại sống động và rõ ràng cho tôi như lúc này. Lòng tôi vương lên niềm hy vọng.

Nghỉ mệt xong rồi thì chúng tôi cuốn gói đi về đến nhà anh chị George bình yên. Mọi người ngạc nhiên và xôn xao hỏi tại sao lại quay trở lại. Sau khi nghe chúng tôi kể lại chi tiết chuyện gì đã xảy ra. Mọi người lo lắng suy nghĩ trong lòng về những sự nguy hiểm lẫn lạ lùng mà chúng tôi đã trải qua.

Ngày 15 Tháng 3 – 1975
Phép lạ # 7 Cầu xin Chúa cho một kế hoạch thoát thân

Lại thêm một ngày trôi qua sống trong lo âu và sợ hải. Tôi suy nghĩ và cầu nguyện thầm rất nhiều với Chúa. Anh Th thì nằm yên một chỗ thở vắn thở dài không tìm ra lối thoát. Vợ Th thì cứ khóc than kể lể luôn làm cho chúng tôi càng bối rối. Tệ hơn nữa là chi Th nghe những người đàn bà đi từ phố về báo lại rằng chánh quyền Cộng sản rất tốt và khoan hồng nên cứ bảo chồng đi ra trình diện đầu thú! Nếu là thường dân thì họ sẽ ban giấy thông hành ngay sau đó. Riêng quân nhân và công chức thì chỉ cần đi học tập vài ngày rồi sẽ được trả về với gia đình. Chị Th sẽ đi dạy học kiếm tiền nuôi con trong thời gian anh phải bị đi học tập, nhờ thế cả gia đình sẽ giữ toàn mạng sống. Anh Th nằm yên thinh thích nghe vợ nói, đôi mắt đăm chiêu suy nghĩ. Tôi thì khuyến khích anh luôn ở sát tôi để tìm cách thoát ra khỏi tỉnh Buôn Ma Thuột tìm tự do.

Hôm nay gia đình ông triệu phú tiệm Kim Môn quyết định trở về nhà ngoài phố sau khi cho người về dò xét kỹ. Ông là người giàu có trong tỉnh đã trốn lánh trong nhà anh George từ ngày đầu tiên thành phố bị tấn công. Có lẽ ông quyết định trở về sau chuyến trốn đi thất bại của chúng tôi. Ông tin rằng không có cách nào thoát ra được nên chọn đi về lại tiệm buôn của ông. Trước khi đi ông khuyên chúng tôi nên ra đầu thú, vì sau thời hạn khoan hồng nếu bị chúng bắt sẽ bị bắn chết. Lời khuyên của ông làm chúng tôi càng bối rối hơn!

Mấy ngày nay, bà vợ trung tá Sáng (Tham mưu trưởng tiểu khu Buôn Ma Thuột) đã vô vọng về sự tái chiếm lại BMT như tổng thống Thiệu đã tuyên bố! Bà khóc nhiều lần mỗi khi nhìn đứa con trai duy nhất 5 tuổi của bà. Riêng ông thì đã rút theo đoàn quân thất trận băng rừng không biết chết sống ra sao? Có tin ông đã bị bắt và bị bắn chết! Bà cũng tâm sự với tôi là tánh bà cũng cứng đầu lắm, tháng rồi ông đã khuyên bà đi về Sài Gòn trước nhưng bà không nghe lời, rồi bà nhìn con trai than thở, "tôi nghiệp thằng con trai của tôi, còn quá nhỏ". Bà có ý định dùng tiền mướn người sắc tộc trong vùng giúp bà xuyên rừng ra Nha Trang! Vì nghe tin có người đã làm như thế. Tôi khuyên bà bỏ ý định ấy vì đa số những người sắc tộc trong vùng là Thượng cộng, nó có thể cướp hết của cải và giết hai mẹ con. Thứ hai là sức bà ốm yếu không thể nào đi nổi vì đói khổ và bệnh tật! Rồi thì cũng sẽ chết mà thôi. Trước khi Cộng sản đánh chiếm Buôn Ma Thuột thì cũng đã có những vụ thảm sát như thế trong rừng bởi Thượng cộng. Nghe lời tôi khuyên thì bà không làm theo ý định ấy nữa. Bà hướng về bề trên là Thiên Chúa mong có một phép lạ xảy đến.

Chúng tôi luôn theo sát tin tức qua cái Radio có 8 băng tần của chủ nhà. Hy vọng Buôn Ma Thuột sẽ được tái chiếm. Hy vọng nhiều thì thất vọng cũng nhiều vì tin tức trên đài đa số là không thật. Chúng tôi là những người đang ở lại trong tỉnh nên hiểu rõ tình hình ở đây hơn ai hết. Không hề có sự chống cự hay tiếp viện chi cả. Chỉ qua một đêm một ngày là thành phố thất thủ hoàn toàn. Không hề có quân ta đang kiên trì chiến đấu và đã lấy lại nhiều nơi trong thị xã- Không hề có Biệt Kích Dù được thả xuống và đang đánh cận chiến với quân thù trong thành phố, họ sử dụng M.72 bắn cháy nhiều chiến xa T.54 của địch -Những phi tuần thả bom của phi cơ A.37 và khu trục AD.6 đã tiêu diệt những ổ phòng không địch! Tổng thống Nguyễn Văn Thiệu tuyên bố sẽ từ chức nếu không chiếm lại được tỉnh Buôn-Ma-Thuột trong vòng 10 ngày.

Vì tin theo lời ông Thiệu! Bà Sáng khuyên chúng tôi chờ đợi sự giải cứu đến, đừng trốn đi nguy hiểm. Tôi thì không tin điều này, vì căn cứ theo những diễn biến hàng ngày cho thấy tiếng súng trong và ngoài tỉnh mỗi ngày càng lắng dịu và xa dần thành phố. Hỏa châu bắn thắp sáng màng đêm, qua các phi tuần của không quân từ từ không còn nữa! Chứng tỏ thành phố đả mất hoàn toàn và quân ta triệt thoái mỗi ngày xa thành phố hơn. Bây giờ nếu có thả xuống hai ba sư đoàn cũng sẽ bỏ chạy mà thôi vì không có hậu thuẩn từ bên trong. Không có trọng pháo- không có chiến xa- không có các phi tuần yểm trợ. Tất cả đều bỏ chạy hết rồi thì không có cách nào tái chiếm lại. Trực thăng vận sẽ làm mồi cho những dàn cao xạ. Tôi liệt kê ra tất cả những sự kiện cho bà Sáng và mọi người nghe. Chúng ta chỉ còn một cách duy nhất là tìm cách thoát ra quận Khánh Dương cách đây 40 cây số, vì hy vọng rằng nơi này chưa bị địch quân đánh chiếm, nếu chờ lâu hơn thì sẽ bị đi xa hơn vì địch sẽ chiếm đánh hết các quận trên đường ra Nha Trang.

Được biết lúc này thành phố đã được kiểm soát chặt chẻ bởi chánh quyền mới. Mỗi ngã ba, ngả tư đường đền có trạm kiểm soát. Giới nghiêm mỗi ngày từ 7 giờ tối đến 7 giờ sáng. Nhiều quân nhân công chức và linh mục bị bắt đi cải tạo. Tôi bàn tính với anh Th một kế hoạch thật liều lĩnh!? Tìm cách giết hai tên địch thường hay leo tường vào khu đồn điền xin nước cùng thăm dò tin tức. Lấy quần áo, vũ khí của chúng mặc vào rồi dùng xe Jeep của bà Sáng đang dấu trong đồn điền chở tất cả gia đình thoát ra khỏi tỉnh. Theo sự ghi nhận của tôi thì khi quân miền Nam rút chạy, họ bỏ lại sau lưng rất nhiều xe cộ như thế, và chánh quyền Cộng sản ở đây đã đại dụng những xe này! Chúng ta sử dụng chiếc xe Jeep giã dạng như xe của chúng để thoát thân an toàn.

Trong khi bàn kế hoạch thì nhật thấy đi ban ngày không ổn! Vì mỗi góc đường trong thành phố có toán quân cảnh của chúng chận xét giấy tờ mọi người. Nếu bỏ chạy thì chúng bắn vào xe! Vì là ban ngày nên rất dể nhìn ra giả thật. Chỉ còn cách làm như thế song đi ban đêm? Mà nếu đi ban đêm thì không cần giết hai tên địch, vì trời tối chúng sẽ không nhận diện được ai ngồi trong xe, nếu chạy luôn chúng sẽ không dám bắn theo vì sợ bắn lằm người của chúng? Và lại ban đêm là giờ giới nghiêm, nếu là thường dân thì không ai mà dám ra đường ngoại trừ những đoàn xe của bọn chúng chuyển quân mà thôi.

Tôi nhớ lại câu chuyện của Vua So-lo-mon trong phim, "Vua So-lo-mon và nữ hoàng Sê-ba". Trong phim ấy có một cảnh khi vua cầu vấn Đức Chúa Trời giúp đỡ để đánh thắng quân thù, Ngài cho ông một kế hoạch- ra lệnh cho quân lính chùi bóng những tấm khiên, rồi giàn quân chờ địch tấn công phía bên này của một vực sâu. Khi đại quân của địch gồm lính và ngựa xe tràn tới tấn công từ phía bên kia vực sâu thì tất cả dơ thuẩn lên phản chiếu ánh sáng mặt trời vào mắt chúng, quân địch sẽ nhào đến tấn công trong sự mù lòa nên rơi hết xuống vực sâu! Tôi nói, *"Chúa ơi con cần Ngài cho con một kế hoạch tuyệt vời như thế để thoát khỏi Buôn Ma Thuột. Ngài chỉ cho chúng con một lối thoát thân an toàn nhất?"* Chúa liền cho tôi một kế thoát thân vô cùng tinh vi song đòi hỏi phải có đức tin lớn. Tôi trình bày kế hoạch ấy cùng anh chị Th, bà Sáng, vợ đại úy Q cùng mẹ anh Tr như sau:

-Bà Sáng có chiếc xe Jeep quân đội sơn màu vàng dân sự đang dấu sau nhà anh chị George kể từ ngày đầu tiên tỉnh bị tấn công? Chồng bà đã đưa bà ra đây trú ẩn để ông an tâm lo bảo vệ thành phố. Bây giờ BMT đã mất! và chiếc xe này sẽ là mối họa cho bà nếu Cộng sản biết được nguồn gốc của nó!

Tôi thuyết trình kế hoạch như thế này,

-Vì chúng tôi quan sát biết được mỗi sáng sớm, khoảng từ 5 đến 6 giờ có một đoàn xe Motolova được ngụy trang đầy cây lá di chuyển. Đoàn xe chở theo quân lính và đồ tiếp liệu để đánh Khánh Dương và những quận nhỏ kế tiếp. Đây cũng là giờ giới nghiêm, không ai được đi lại ngoài các đơn vị quân đội và chính quyền địa phương. Chúng sử dụng đủ loại xe, ngụy trang với những cây lá và chỉ dùng một đèn bên trái để soi đường hầu tránh sự quan sát của phi cơ thám sát. Chúng ta cũng sẽ ngụy trang xe Jeep này y như cách của chúng để đánh lừa những trạm gát dọc đường! Tưởng rằng xe chúng ta là một trong những chiếc của đoàn Motorola vừa chạy qua mà không bắt ngừng lại - Vì chúng ta chạy theo đoàn quân vận của chúng nên không ai có quyền chận xe, nhờ thế chúng ta an toàn chạy theo chúng từ trung tâm thành phố ra đến Khánh Dương để thoát thân mà không bị phát giác dọc theo đường?

Anh Th đưa ra câu hỏi:

- Nếu những trạm kiểm soát bắt xe chúng ta dừng lại thì sao?

- Thì tôi sẽ chạy luôn! Vì không ai có quyền chận đoàn quân vận đang di chuyển! Tôi cũng tin chắc là chúng không dám bắn theo! Vì trời tối nên không thấy rõ ai ngồi trong xe! Sợ bắn nhằm người của chúng chăng? Chúng sẽ nghĩ rằng chúng ta là một trong những chiếc xe của đoàn Motolova bị trễ phía sau, đang cố gắng rượt theo đoàn xe phía trước nên sẽ không dám bắn theo - Nếu chúng ta ngừng lại sẽ bị bắt ngay. Điều quan trọng là chúng ta phải ra đi khoản từ 5-6 giờ sáng mới an toàn vì trời còn tối, địch khó nhận diện màu sắc của chiếc xe? Chỉ nhìn thấy một khối đen tựa như xe của chúng chạy trên đường. Chúng ta phải đến Khánh Dương lúc trời tưng tưng sáng, để quân ta nhận diện được, không tưởng lầm là chiến xa địch mà bắn chăng! Từ đây đến đó chỉ mất 40 phút thôi.

- Nếu chúng có đặt chướng ngại trên đường? bắt buộc xe dừng lại thì sao?

- Tôi tin rằng không có, vì đoàn xe Motolova vừa đi qua làm sao có chướng ngại vật hay rào cảng được? Nếu cần thì lách vô lề rồi vượt nhanh qua-hay tông mạnh vào chướng ngại ấy rồi phóng nhanh! Tùy cơ ứng biến. Bọn cộng sản rất chủ quan? Chúng không thể ngờ có một xe dân sự nào dám chạy trong giờ giới nghiêm? Ngoại trừ xe của chúng. Chắc chắn là chúng không dám bắn theo vì sợ bắn nhằm đồng đội!

Anh Th lại đưa ra câu hỏi khó hơn là,

- Làm thế nào có thể băng qua bãi mìn chống chiến xa? do quân ta gài dấu trên đường khi họ rút quân, hầu làm chậm sức tấn công của địch quân.

- Tôi nhờ cậy Chúa, trong đức tin mà băng qua bãi mìn. Tôi tin Chúa sẽ giải cứu chúng ta.

- Dù có chấp cánh bay cũng không thoát khỏi anh B ơi. Ý định này liều lĩnh quá!

Anh Th lại hỏi tiếp,

- Làm thế nào đơn vị bạn nhìn ra chúng ta để không bắn vào xe? Nên nhớ rằng quân lực Việt Nam Cộng Hoà trong tư thế thất trận, đang chiến đấu với tinh thần sợ hãi rút lui. Với tinh thần ấy! Vì trời còn mờ tối! Nếu họ thấy một xe hình dung như một chiếc thiết giáp, từ trong lòng địch chạy sang phía họ? Thì làm sao thoát được hàng trăm họng súng đủ loại hướng về chúng ta?

Họ nghĩ là chiến xa T.54 địch tấn công? Họ bắn cho vài quả tên lửa M.72 thì chết hết!

Tôi trả lời rằng.

- Nếu chúng ta xuất hành được giữa 5-6 giờ sáng thì tuyệt vời, vì trời còn tối. Từ trung tâm thành phố Buôn Ma Thuột chạy đến Khánh Dương độ chừng 40 phút. Khi đến Khánh Dương thì trời sáng hơn, hy vọng đơn vị bạn sẽ nhìn rỏ chúng ta không phải xe tăng T.54 nên họ sẽ không bắn đâu!

- Nếu đơn vị bạn không bắn thì địch sẽ bắn từ sau lưng? Vì đây là ranh giới cuối cùng giữa ta và địch. VC thấy xe chúng ta từ phía bên chúng chạy qua bên phía bên kia thì nó hiểu ngay chúng ta là địch! Chúng sẽ bắn xe chúng ta!

- Chúng ta phải tin là chúng ta sẽ thoát hiểm được vì ở lại cũng chết thà đi mà có đường sống. Đây là bước đường cùng. Chúa sẽ giúp đỡ tôi phải làm gì lúc ấy. Nếu ai sợ thì ở lại còn ai muốn tự do thì theo tôi. Chúng ta không có sự lựa chọn nào khác!

Mặc dù Chúa cũng đã cho tôi thấy trước những câu hỏi của anh Th rồi. Nhưng tôi cũng hơi bực mình vì những câu hỏi tiêu cực ấy làm mọi người thêm sợ hãi không muốn đi. Cũng không trách anh Th, vì vợ anh cứ hối thúc ra đầu thú, thứ hai là họ không biết Chúa nên không có đức tin chi cả thì làm thế nào vượt thoát như thế được chứ? Chị Th và bà vợ trung tá Sáng thì cứ lắc đầu lia lịa. Bà Sáng và anh chị Th thờ ông bà thì làm sao có đức tin ra đi. Riêng tôi thì sau khi cầu vấn Chúa, đức tin rất cao nên nhất định sẽ ra đi!

Chờ đợi một chút thì tôi hỏi ai sẽ đi theo kế hoạch này?

- Vợ đại úy Q đồng ý đi. Chị nói "tôi phải đem hai con về cho nội nó sau khi ba nó đã chết".

- Mẹ thiếu úy Tr cũng đồng ý như chị Q. Bà muốn đi vì tin sẽ đoàn tụ với con trai duy nhất đã rút theo những toán Lôi Hổ băng rừng ra Nha Trang. "Không biết con trai tui bây giờ sống chết ra sao rồi? Bà rưom rướm nước mắt khóc!"

- Bà Sáng gật đầu đồng ý đi theo song nhờ đánh thức bà dậy khi trời hừng sáng. Bà còn nói nếu vì lý do gì phải bị dừng lại trên chuyến đi? "Thì anh B làm ơn cho hai mẹ con tôi xuống rồi muốn nổ lựu đạn chết hay làm gì thì làm? Tội cho con tôi mới có 5 tuổi hà!" Nói đến đây bà mếu máo khóc. Tôi gật đầu cho bà yên lòng song tâm trí nghĩ rằng làm sao có đủ thì giờ cho bà xuống vì mọi sự sẽ diễn biến rất nhanh, vã lại tôi sẽ không bao giờ ngừng xe để cho chúng bắt. Thà phóng xe chạy nhanh để chúng bắn sau lưng mà hy vọng thoát thân hơn dừng lại! Chuyện này sẽ không bao giờ sẽ xảy ra. Thà cả gia đình cùng chết cùng sống chứ để cho chúng bắt thì sự chia ly người đi kẻ ở lại khổ hơn nhiều.

Thấy mọi người đồng ý đi theo kế hoạch nên anh Th cũng gật đầu muốn đi theo. Chị Th thì có vẻ không đồng ý, tay cứ khều chồng mãi!

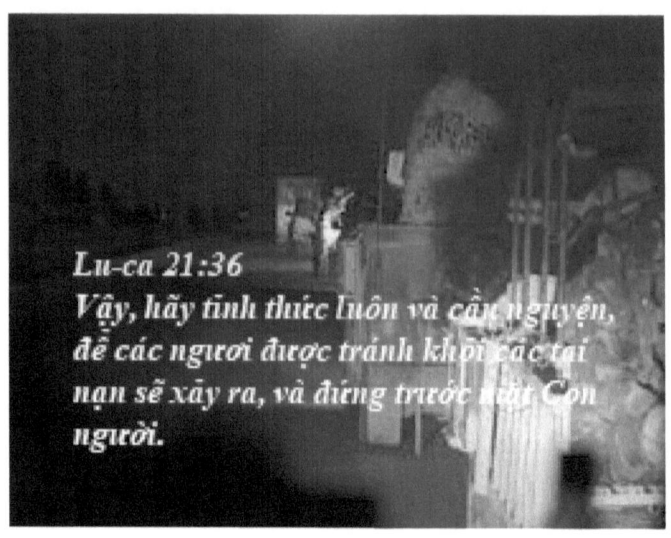

Lu-ca 21:36
Vậy, hãy tỉnh thức luôn và cầu nguyện, để các ngươi được tránh khỏi các tai nạn sẽ xảy ra, và đứng trước mặt Con người.

Sáng 16 tháng 3- 1975
Phép lạ # 8 Nhập vào đoàn Motolova địch thoát ra Khánh Dương

Đêm nay là đêm cuối cùng ở trong nhà anh chị George. Không biết ngày mai sẽ ra sao? Đợi cho trời tối hẳn hai vợ chồng tôi mới mò mẫm ra sau nhà, nơi có nhiều cây có cành lá. Nhẹ nhàng và cẩn thận cắt những cành lá xuống để không gây ra tiếng động. Vợ tôi thì lo kiếm dây buộc còn tôi lo ngụy trang gắn cành lá lên xe. Từ đầu xe đến cuối xe, từ hông bên trái sang phải đều phủ lá cây chặt chẽ. Anh Th giúp tôi tháo gỡ băng sau xe cho đủ 8 người ngồi. Vợ tôi chuẩn bị một ít nước và gạo đủ cho một tuần, nhỡ phải bỏ xe băng rừng sẽ có chi để ăn. Tôi kiểm soát lại xăng nhớt xem có đầy đủ. Sau 9 giờ tối thì tất cả hoàn tất. Chúng tôi mỗi người nằm một góc phòng cố ngủ cho khỏe để sáng mai thức dậy tỉnh táo ra đi. Riêng tôi thì không hề chợp mắt, nằm nghe ngóng từng tiếng động! Sợ lính Cộng sản vô nhà bắt đi thì hỏng cả mọi sự!

Đêm nay thật là im lặng! Không nghe tiếng xe nào chạy hay tiếng xích sắt của các chiến xa đậu ở Cây số 3 gần bên đồn điền. Cả đêm không nghe thấy đoàn xe Motolova nào di chuyển cả, thông thường thì có vài chiếc xe tuần chạy trong đêm. Mãi gần gần 5 giờ sáng thì mới nghe âm thanh của đoàn xe Motolova vận chuyển rù rù. Tôi vội đánh thức mọi người để chuẩn bị ra đi. Anh chị Th vẫn còn ngủ chưa chịu dậy! Tôi nghĩ là họ muốn ngủ nán đôi chút nên để yên cho họ. Tôi lo gọi những người khác. Bà Sáng quyết định ở lại sau một đêm suy nghĩ. Bà Sáng cho tôi địa chỉ nhà bà ở Tân Định, nhờ báo cùng gia đình nếu chúng tôi thoát nạn về đến Sài Gòn. Bà cũng dặn dò nếu trên đường đi có thấy ai dáng hơi mập, lùn, và có râu thì làm ơn cho ông ta đi với vì có thể đó là chồng bà. Đến phút cuối! Anh chị Th đã thức dậy song còn trù trừ chưa chuẩn bị. Anh Th làm bộ ra ngoài đứng nhìn ngó một vài phút rồi trở vô nói,

- Đừng có đi, chiến xa T.54 đang đậu trước cổng đó.

Vì lòng đã quyết định nên tôi không ngần ngại nói,

- Kệ nó, cứ đi một sống một chết. Anh ở lại cũng vậy thôi thà ra đi thì hơn. Bây giờ anh quyết định ở lại phải không? Th không trả lời song buồn bã khẽ gật đầu.

Trên 5:30 giờ sáng.

Tôi giúp mọi người ngồi phía băng sau. Riêng vợ và hai con tôi ngồi phía trước. Tôi từ giả anh chị Th lần chót, rồi vội vả leo lên xe và đề máy. Tiếng máy nổ thật êm, quả là xe của trung tá có khác. Tôi lái xe thật chậm, chạy vòng quanh những căn nhà đúc chứa cà phê về hướng cổng chánh. Tim tôi hồi hộp đập nhanh trong lòng ngực. Cảnh vật đều im lặng như tờ. Tôi đậu và tắt máy xe trước cổng đồn điền khoảng 10 mét để nghe ngóng tình hình. Im lặng và yên tỉnh quá, cái yên tỉnh rợn người! Không biết chuyện gì sẽ xảy ra cho chúng tôi sau cái cổng sắt đó? Tôi không dám suy nghĩ thêm vì sợ sẽ bỏ cuộc chăng! Bỗng nhiên mấy con chó của đồn điền sủa râng lên. Thoạt đầu chỉ có một con sủa rồi cả lủ cùng sủa từ đầu trên xuống đầu dưới. Tôi điếng hồn, nổi da gà rợn tóc gáy lúng túng không biết phải làm gì. Vài con chó quái ác chạy xòng xọc đến bên xe chu mỏ sủa inh ỏi! Giờ này là giờ ngủ ngon nhất, tôi sợ tiếng sủa làm mấy tên lính gát thức dậy để ý xem chuyện gì xảy ra thì chết cả lủ! Vợ tôi và mấy bà cuốn cả lên song ngồi im thinh thích. Bà bác mẹ anh Tr lâm râm đọc kinh Phật. Bỗng một ý nghĩ lóe lên trong trí? Chúa bảo tôi lẹ mở cổng ra, đừng chần chờ lâu hơn nữa, nên Ngài cho mấy con chó sủa, thúc dục đi cho lẹ hầu đuổi kịp đoàn xe Motolova vừa chạy qua. Tôi vội nhảy ra khỏi xe đi nhanh đến cổng sắt thò tay vào ổ khóa mở cổng. Đây là một cổng sắt hai cánh dài độ 12 m. Cổng bị rỉ sét nên khi bị kéo mạnh, nó mở ra kêu ken két thật rùng rợn làm sao! Nhất là ngay lúc này. Tôi vội vả mở toan hai cánh cổng - chạy vội vô xe - nổ máy, rồi vọt nhanh ra khỏi cổng lao vào con đường tối đen trước mặt. Vì quá hồi hợp và sợ, tôi lái xe tương đối chậm, miệng lẩm bẩm cầu nguyện *"xin Chúa ở cùng con"* và cứ thế lập đi lập lại.

Lái xe được chừng 800m, gần tới cây số 3 thì có tiếng ra lệnh của tên lính gát!

- Ai? Đứng lại!

Tay lái tôi bấn loạn lên! Chân thì muốn đạp thắng song tâm trí bảo đạp ga chạy nhanh qua. Đang khi rối loạn suy nghĩ! Thì xe chúng tôi đã vượt qua trạm kiểm soát và biến vào trong đêm tối sau ngỏ quẹo trái! Cám ơn Chúa.

Qua được biến cố đầu tiên này thì ai nấy thở phào nhẹ nhõm, tôi bình tĩnh hơn trong việc lái xe. Xe vút đi như tên bắn trong đêm tối. Cảnh vật ẩn hiện lờ mờ sau màng đen. Vì xe chỉ mở một đèn khi chạy, còn tôi bị mất kiếng cận trong đêm đầu tiên chiến đấu nên hơi khó khăn lái xe trong đêm tối. Cám ơn Chúa Ngài quan sát và lái xe với tôi. Có những chiếc xe Motolova bị hư máy hay bị phi cơ bắn, nằm ngổn ngang trên đường mà tôi nào có thấy từ xa, cho đến khi đến gần độ 10, 15 thước mới thấy được lờ mờ! Nguy hiểm quá!

Tôi lái xe mà miệng luôn nguyện thầm câu kinh thánh Thi Thiên 23:4 *"Dù tôi đi trong trũng bóng chết, tôi cũng chẳng sợ tai họa nào vì Chúa ở cùng tôi."* Câu này là sức mạnh vạn năng của tôi trong lúc này. Khi xe vừa vượt qua trung tâm huấn luyện của sư đoàn 23 tại cây số 5 thì gặp một trạm kiểm soát khác. Tên lính gát chỉ có vừa đủ thời gian rọi đèn vói theo xe thì tôi đã vượt qua như một con trốt, biến mất trong màn đêm. Tôi để ý lúc này hai bên đường có những ánh lửa lưu động bày tỏ có người đang di chuyển. Kể từ cây số 5 trở đi thì thỉnh thoàng có một chiếc chiến xa T.54 địch bố trí dọc hai bên đường. Xe chạy đến cây số 8, thì tôi phải chạy châm lại vì nhận ra có ba chiếc xe vận tải lớn hư máy nằm ngổn ngang trên đường. Có ánh đèn dưới gầm xe vì có người đang sửa máy. Tôi bình tĩnh lèo lái, lách qua lách lại, len lỏi đi qua khỏi chỗ đó. Bọn lính cộng sản cứ lo sửa xe chẳng màn dòm ngó ai đã đi qua. Lúc này các bà đã bình tĩnh hơn. Tôi để ý thấy vợ tôi ngồi yên lặng nhìn thẳng về trước. Hai con gái ôm mẹ ngủ thật yên. Tôi biết giờ phút này Mai cũng tin Chúa vững mạnh như tôi vậy. Sự chết đối với nàng lúc này là vô nghĩa? Có mệnh hệ nào thì có chồng con bên cạnh chết chung là mơ ước của Mai từ lúc trận chiến bắt đầu.

Khi chúng tôi tới cây số 18 thì bắt gặp một đoàn chiến xa T.54 có trên 10 chiếc đang đi cùng hướng về Khánh Dương, xe nào cũng có lá cây là ngụy trang chở lính ngồi trên pháo tháp. Tiếng xích sắt khua ầm ỉ trong đêm tối nghe ghê rợn mùi chết chóc. Tôi bối rối quá không biết phải làm sao đây! chạy qua mặt chúng hay nối đuôi theo sau? Chạy theo sau không tiện vì chiến xa chạy chậm mà tôi lẽo đẽo đằng sau sẽ bị chúng nhận diện ra thì khổ lắm! Tấp vô bìa rừng cao su bỏ xe chạy vô rừng chăng? Càng không được vì còn xa trên 20 cây số nữa mới đến Khánh Dương, các bà và con nít đi bộ không nổi, vã lại đoạn đường từ đây đến đó đầy dẫy địch quân. Quân Bắc Việt đang xua quân đánh chiếm Khánh Dương mà đi lang bang sẽ bị hai bên bắn chết. Nói thì chậm song mọi sự xảy ra rất nhanh. Một ý tưởng khác thôi thúc, tôi quyết định lách xe qua trái và vượt nhanh qua khỏi đoàn chiến xa. Chúa cầm tay lái hướng dẫn xe của tôi chạy nhanh khoảng 70 cây số giờ. Trên lộ trình thỉnh thoảng có vài chiếc Motolova chở lính chạy ngược chiều với chúng tôi. Mỗi xe có vài tên lính thôi. Hình như chúng đã tiếp tế và đưa quân tiếp viện đánh Khánh Dương rồi nên chạy xe không về lại thành phố. Xe nào cũng mở một đèn nhỏ bên trái thôi và đó là dấu hiệu của chúng. Xe chúng tôi cũng mở đèn y như thế nên chúng không có hề nghi ngờ chi hết. Chúng tôi đã chạy ra khỏi thành phố 20 phút, nếu không có chuyện gì xảy ra, thì chỉ cần 20 phút nữa sẽ đến Khánh Dương.

Trời tưng tưng sáng, tia nắng ban mai đã hiện le lói tận chân trời. Tầm quan sát từ bên trong xe ra bên ngoài đã rõ hơn, song nếu nhìn từ ngoài vô xe thì chưa có thể nhận diện người ngồi bên trong, nhưng có thể thấy màu sắc của xe như thế nào. Nghĩ đến đây tôi hơi lo lắng, nhưng vì đường đi đến đích chẳng còn bao xa nên bớt lo. Những cánh đồng xanh hai bên đường đầy những vết cháy bởi bom đạn. Cây cối gãy đổ, nhiều chỗ còn đang bốc cháy nghi ngút khói. Nhiều loại xe đò và quân đội bị cháy nằm ngổn ngang hai bên đường. Tới cây số 40 thì chúng tôi bắt gặp một đoàn 8 chiếc chiến xa T.54 khác, chúng di chuyển thật chậm và thưa về hướng Khánh Dương. Như lần trước, tôi lách sang trái để qua mặt thì Bỗng có 4,5 xe Motolova chạy ngược chiều! Không biết phải làm sao? Nếu lách sang phải thì đụng chiến xa! Tôi lách hết sang lề trái để tránh, vô tình tông vô một tên lính cộng sản đang ôm AK.47 đi ngược chiều bay vô lùm cây bên đường! Sợ những tên đồng đội hắn bắn theo, tôi hối hả lái xe sang hết lề phải và kẹt giữa đoàn chiến xa của địch! Kinh hồn quá! Đầu xe tôi gần sát phía sau chiếc xe T.54 phía trước và một họng súng đại bát đen ngòm của chiếc T.54 khác chỉa ngay phía sau xe chúng tôi. Mấy anh lính ngồi trên pháo tháp xe T.54 phía trước hút hết điếu thuốc rồi liệng ngược tàn thuốc ra sau, gió thổi bay vào xe chúng tôi mà chúng cũng chẳng để ý đến chi cả. Chúa bịt mắt chúng hết rồi sao? Có lẽ anh tài xế và những tên lính của chiếc T.54 phía sau xe chúng tôi đang há hốc mồm ngạc nhiên lắm? Xe của cán bộ cao cấp nào đây? Sao lại kẹt giữa đoàn chiến xa đanh chuẩn bị tấn công của chúng ta? Chúng đâu ngờ đó là xe của vợ con và sĩ quan ngụy đang chạy trốn! Tôi liều mạng lái xe vô hết lề phải và qua mặt đoàn chiến xa địch cách an toàn.

Gần đến Khánh Dương rồi, lòng tôi hơi mừng. Có lẽ mấy bà cũng nghĩ như thế song không ai hé môi hay có một tiếng nói chi. Trời sáng hơn, và lúc này các anh em bộ đội ra khỏi chỗ ẩn trốn đứng dài hai bên đường giống như các anh em địa phương quân ta thường hay đứng dài theo quốc lộ 4 mỗi khi trời sáng, sau đêm dài phục kích mà tôi từng chứng kiến mỗi khi đi xe đò từ

Sài Gòn về Cần Thơ, thuở còn thanh niên trung học. Các anh lính cộng sản đứng vươn vai, ngáp, chải tóc. Có những cặp mắt ngơ ngác ngạc nhiên ngó theo xe của chúng tôi chạy ngang qua.

Bỗng đâu! Có một anh lính vũ trang đứng giữa đường cố tình chặn xe chúng tôi lại! Hắn ra lệnh...

- Ê... ê, ngừng xe lại

Tôi bình tĩnh lái chậm lại giả bộ như sắp ngừng! Rồi Bỗng nhấn chân ga vọt thật nhanh qua khỏi tên lính này. Hắn vói tay đập vào hông xe song chỉ trong giây phút ngắn thì tôi đã vượt qua và biến mất sau con đường đèo uốn khúc. Tôi nghĩ, hắn ngỡ chúng tôi là một trong những xe của cấp chỉ huy đi thám sát tình hình? không biết rỏ rằng đây là tuyến đầu đang chờ đặc công trinh sát của chúng phá hết mìn bẩy mới có thể vượt qua. Đoàn chiến xa T.54 cũng đang chờ đợi, chưa dám tấn công qua kia mà? Hoặc chúng đã thấy rỏ xe màu vàng và số người ngồi trong xe là ai nên cố tình chặn lại? Dù sao đi nữa thì Chúa cũng làm cho chúng mơ hồ không nhận định rỏ ràng để chúng tôi vượt qua nhanh cách an toàn.

Đoạn đường gần đến Khánh Dương thật xấu. Mặt đường loan lổ những hố bom lớn nhỏ sâu cạn khác nhau. Nhìn thấy có một chiến xa T.54 bị cháy trên đường, khói còn nghi ngút. Lòng tôi phấn khởi hơn và nhấn mạnh chân ga. Bỗng tôi phát giác ra một đoàn 6 chiếc T.54 khác đang chạy thật chậm cùng hướng về phía trước. Thật không ngờ chúng có nhiều chiến xa như thế, điệu này Khánh Dương sẽ bị đàn áp mất. Tôi không ngần ngại chạy vượt qua đoàn chiến xa như đã làm. Tôi biết đây là giây phút cuối cùng! Qua mặt đoàn chiến xa mà cảm thấy lạnh sau gáy! Cảm giác nhột nhạt sau lưng vì sợ nó bắn theo nếu đây là đoàn chiến xa cuối cùng của chúng? Vì chúng biết đây là tuyến đầu, không còn xe nào phía trước nó thì ai lại dám vượt qua chạy về phía bên kia địch chứ. Với ý nghĩ này khiến tôi hơi mất bình tĩnh và lái xe nhanh hơn, miệng lẩm bẩm: "Xin Chúa ở cùng con". Bà Bác má anh Tr và chị Q trấn an tôi,

- Bình tĩnh, bình tĩnh anh Báu.

Chiếc xe của chúng tôi bay qua những hố sâu do mìn bẫy tàn phá. Xe địch bị bắn cháy hay cán trúng mìn đêm qua? Bải mìn chống chiến xa do quân ta gài lại đây rồi! Tôi đạp mạnh chân ga làm chiếc xe rống lên và bay qua những hầm hố loan lổ trên đường rồi đáp xuống phía bên kia một cách an toàn. Chúa chắp cánh cho chúng tôi bay trên những ổ mìn chống chiến xa trong khi địch chưa dám băng qua! Amen

Vượt qua đoạn đường đầy mìn bẫy thì thấy quận Khánh Dương thấp thoáng phía trước. Chúng tôi cùng reo lên "thoát rồi", tôi vừa la lớn tiếng vừa nhún nhảy trên băng ghế đang khi lái xe. Ai nấy mừng reo trong nước mắt, nổi vui mừng của những kẻ xem như đã chết nay được sống. Tôi vừa lái xe vừa nói "cám ơn Chúa cứu chúng con" liên tục. Mai chồm qua ôm lấy tôi hôn thật lẹ. Bà Bác và chị Q cám ơn trời phật.

Nhập vào đoàn quân xa địch thoát ra Khánh Dương

Phép lạ # 9 Kháng Dương thất thủ

Tôi ngừng xe lại chỗ an toàn, phóng xuống xe tháo gở hết cây lá ngụy trang chung quanh xe, tránh bị quân ta bắn vì hiểu lầm xe địch. Chạy ngang quận thì thấy một trực thăng Shinook đậu phía trước sân, và cánh quạt rủ xuống như con đại bàn rủ cảnh! Cửa sau phi cơ mở rộng, nhìn vô thấy trống rỗng bên trong. Không một bóng anh lính không quân nào của chúng ta cả!

- Sao vắng lặng quá vậy, chuyện gì đã xảy ra? Tôi tự hỏi.

Chưa kịp trả lời thì Bỗng thấy một tên lính Cộng sản tay cầm B.40 từ phía trước trực thăng đi vòng ra phía sau! Vợ tôi thét lên, "tụi nó anh ơi!" Tôi vội phóng xe chạy nhanh qua khỏi quận. Thế là Khánh Dương đã thất thủ đêm qua nên họ đã bỏ chạy hết rồi. Hy vọng gần như bị tiêu tán. Chạy được gần 5 phút thì phát hiện những người dân di tản sau cùng, tay bồng tay bế dắt dẫn nhau chạy giặc. Tôi dừng lại hỏi những người dân đang nghỉ mệt hai bên đường thì biết được quận đã thất thủ tối qua!

Trước mắt là quận Phước An, cách đây 15 cây số thì chưa bị cộng sản đánh chiếm và dân chúng đang tản cư đến đó. Chúng tôi chạy thêm khoản 2 cây số nữa thì gặp một trung úy và vài anh lính của Sư Đoàn 23 chận đón. Họ ngạc nhiên nhìn thấy xe chúng tôi chạy từ Buôn Ma Thuột ra một cách an toàn. Họ hỏi chúng tôi về tình hình và lực lượng địch trên đường đến đây? Họ càng ngạc nhiên khi biết chúng tôi không bị vướng mìn chống chiến xa mà họ đã gài để ngăn trở bước tiến của quân địch! Thế là họ ra lệnh cho gài thêm mìn chống chiến xa trên đường trước mắt chúng tôi. Họ nghĩ rằng chúng tôi qua được thì chiến xa địch sẽ đến trong thời gian ngắn mà thôi. Tôi nói với họ là Chúa cứu chúng tôi song họ đâu có màng chi. Lệnh ban ra gài thêm mìn! Bà bác và chị Q chăm chú trố mắt nhìn những anh lính khệ nệ mang những quả mìn chống chiến xa gài dấu dưới mặt đường! Họ nghĩ gì chắc chúng ta cũng hiểu phải không? Sau đó trung đoàn 43 được lệnh tiến quân để phá nút chặn của địch! Cốt ngăn trở dân quân chúng ta rút ra Nha Tranh trước khi đến Phước An.

Thế là chúng tôi bắt kịp đoàn người di tản từ Buôn Ma Thuột cùng đoàn quân thất trận hỗn hộp: nào sư đoàn 23, biệt động quân, cảnh sát địa phương quân.vv.

Đoạn đường từ đây đến Phước An độ chừng 15 cây

số. Đoàn quân dân kẹt ở đây mấy ngày trời chờ quân tiếp viện đến để giải tỏa nút chặn tại đồi 519 cây số 52! Do một trung đoàn cộng sản chiếm giữ! Đoàn dân có hơn 100 ngàn người đông đúc đi tới đi lui nhớn nhát sợ hải. Chạy từ thanh phố ra đến đây rồi cũng bị kẹt lại, không thoát ra được Phước An! Quân tiếp viện từ Nha Trang không thể đi vào tiếp cứu. Tôi cho hững người nữ sanh con trên đường chạy giặc! Những người chết và bị thương nằm la liệt hai bên đường và trên những xe đủ loại. Hàng ngàn khổ sở tan thương chất chồng trên dân chúng. Chúng tôi thấy có một bà bị thương nặng được gia đình gánh trên võng đi bộ dài dài theo quốc lộ, có hai đứa nhỏ lẻo đẻo theo sau. Chúng tôi ngừng lại cho cả gia đình ngồi trên đầu xe Jeep cho đỡ khổ vì đường xa nóng cháy. Đoàn người chạy giặc kẹt ở đây 5 ngày rồi? Không lẽ chạy đến đây rồi bị bắt lại hết về Buôn Ma Thuột sao? Lính quốc gia từ Phước An có nhiệm vụ đánh vào và tàn quân của sư đoàn 23 đánh ra bức phá nút chặn không nổi hay sao? Thỉnh thoảng nhìn thấy vài chiếc trực thăng của quân ta bay lòng vòng trên không phận, thỉnh thoảng đáp xuống chỗ này chỗ kia đón người rồi bay đi mất. Không có phi tuần dội bom vào đồi 519, nơi Việt cộng chiếm đóng chi cả! Chúng tôi cũng gặp lại một số vợ con của anh em trong đơn vị Chiến Đoàn 3 như:

    Bà vợ thiếu tá K cùng các con - vợ và con nhỏ của trung Úy L - vợ trung sĩ Lưu và đứa con mới sanh 10 ngày trước- vợ binh nhất Sơn Ngọc Hoàng- vợ trung sĩ Ởn sanh con trên đường chạy giặc- trung úy M- thượng sĩ Niên. Gặp nhau mừng rở biết là bao. Mọi người kể cho nhau những gì đã xảy ra những ngày đã qua. Trung úy M cho biết sau ngày di tản vợ con chiến hữu của đơn vị ra khỏi trại thì địch quân tăng viện tấn công họ nặng nề hơn. Vì quân địch quá đông nên họ phải mở đường máu ra khỏi trại đêm đó! Đơn vị bị đánh tan rả và thất lạc thành nhiều toán rồi bị mất liên lạc với nhau. Tôi cảm thấy yên lòng hơn vì họ đã thoát ra khỏi trại thay bị chết khi phải tử thủ. Chắc hắn là họ đã thoát thân song không biết rút đi về hướng nào? Vì các vùng quanh tỉnh Buôn-Ma-Thuột đều bị chiếm đóng hết ngoại trừ đi ra Phước An về hướng Nha Trang. Nếu đến Phước An quá trễ thì e rằng Phước An sẽ thất thủ về tay địch!

Được tin Pleiku đã rút hết đại quân theo đường bộ di tản về Nam theo lệnh của Tổng Thống Thiệu. Tất cả mọi liên lạc với quân đoàn II đều bị cắt đứt! Chúng tôi không liên lạc được với những toán Lôi Hổ đang tiếp trợ cho quân đoàn. Các phi tuần oanh tạc không còn nữa. Không biết số phận của các đơn vị Quân đội Cộng Hoà chúng ta rút quân từ Miền Trung về Nam sẽ tồn thất như thế nào nữa, chắc chắn là số tử vong rất cao!

Tối nay chúng tôi ngủ đêm ở đây ngay trên quốc lộ 21. Thời tiết về đêm cũng lạnh. Dân di tản gom củi đốt lên sưởi ấm. Những ánh lửa lập lòe trong sương khuya chạy dài theo QL 21 tạo nên một cảnh tượng là lạ? Vừa đẹp vừa buồn thảm và bi đát làm sao.

Đang ngồi ngủ chập chờn trên xe Jeep thì chị Luật

khẽ khều tôi nói,

- Con tôi nóng quá anh B ơi! Nó bị làm kinh hoài biết làm sao đây?

Tôi liền theo chị đến thăm cháu, tôi đặt tay lên trán cháu bé dò xem nhiệt độ thì thấy cháu nóng thật. Không biết phải làm sao đây. Tôi chợt nhớ còn vài viên thuốc cảm A.P.C bèn trao cho chị lo cho con uống. Thật không gì lo âu hơn cho số phận của những em bé mới sanh lúc này. Không chết vì bom đạn thì cũng nguy cơ với đói kém và bệnh tật. Thật dễ bị mang bệnh chết lúc này, biết làm sao đây. Mọi người đền cầu xin Chúa của mình nâng đỡ và phù hộ cho tai qua nạn khỏi.

Tôi trở về xe song ngủ không được vì quá chật chội và đầu óc suy nghĩ cùng lo lắng. Không biết ngày mai rồi sẽ ra như thế nào đây? Liệu quân ta sẽ phá được nút chặn tại cây số 52 giải cứu hàng ngàn dân tị nạn, hay họ sẽ bị bắt hết về tỉnh Buôn Ma Thuột.Quân lực chúng ta bây giờ quá yếu! Không còn đủ sức để giải tỏa ngọn đồi 519 tại cây số 52 hay sao? Chúa ơi, chẳng lẽ nào Ngài cứu chúng con ra đến đây rồi để cho cộng sản theo kịp bắt lại hết hay sao? Nhìn lại chung quanh, trung đoàn 43 của sư đoàn 23 đã quá kiệt quệ! Lính hết lương thực, đại pháo, chiến xa M.48 đều hết đạn, hết xăng! Phải tự hủy bỏ nằm ngổn ngang hai bên đường. Liên đoàn 21 biệt động quân rút ra đến đây rồi tan hàng vì không có cấp chỉ huy hay lệnh lạc chi cả. Người này biểu đợi, người kia bảo chờ! Lính bị thương không có thuốc chữa trị hay được di tản vào nhà thương. Tại sao chậm trễ trong việc giải cứu. Các cấp lãnh đạo đâu hết rồi!

Ngày 17 tháng 3 - Cộng sản đánh đến đồi Chư Cúc

Bình minh vừa lên và mọi người đã thức dậy sớm. Họ lo ăn uống và cuốn gọn hành trang để chuận bị chạy khi cần. Lính thất trận không cấp chỉ huy đi tới đi lui trà trộn với dân chúng. Tâm lý lúc này là dân thấy lính và lính thấy dân thì cảm thấy yên lòng hơn. Người này thấy người kia có nghĩa là còn an toàn không bị bỏ lại sau lưng, còn nếu người này thấy người kia cuốn gói là dấu hiệu để họ cuốn gói chạy theo. Chỉ biết vậy thôi chứ không còn cách nào khác hơn.

Tôi đi bộ lên khúc đầu của nhóm dân di tản để tìm hiểu tình hình. Được biết trách nhiệm ở vị trí này do một nhóm lính của trung đoàn 43 thuộc sư đoàn 23 trách nhiệm. Lực lượng thật sơ sài gồm vài khẩu M.16 và súng phóng lựu M.79 cùng một cây đại liên M.60 rỉ sét sau gần tuần lễ dầm sương hứng nắng. Tôi lại gần họ chào hỏi và tìm hiểu tình hình ra sao, vì họ có máy truyền tin để liên lạc. Được biết địch đã tấn công dữ dội mặt sau. Lực lượng bạn đang thất kinh bởi đoàn chiến xa T.54 địch đang tấn công! Vì không còn súng đạn chống chiến xa chi nữa! Thế rồi lệnh rút lui về đồi Chư Cúc được ban ra! Rút về đồi Chư Cúc là sát ranh của đoàn dân di tản rồi còn gì. Nếu quân địch tấn công Chư Cúc là họ sẽ bỏ dân băng rừng vòng ra Phước An cách lặng lẽ, không còn ai bảo vệ và tất cả sẽ bị lùa hết về lại Buôn Ma Thuột. Điều này sẽ xảy ra vì họ không đủ sức bảo vệ trên 100 ngàn dân băng rừng được. Tôi vội vả trở về xe báo cáo cho mọi người biết hầu chuẩn bị bỏ xe băng rừng! Vã lại không có lực lượng nào từ Nha Trang vào để tiếp cứu. Tôi nghiệp những phụ nữ và con nít! Làm thế nào họ có thể băng rừng được đây. Mọi người lo lắng và sợ hải. Nhìn lại vợ con mặt mày xơ xác quần áo rách rưới dơ bẩn mà đau lòng quá!

12 giờ trưa.

Tôi và thượng sĩ Niên lái chiếc xe jeep mà họ đã tìm được dọc đường, chạy ngược ra phía cuối đoàn dân để xem còn tìm thấy ai trong đơn vị nữa không? May mắn là vừa lúc ấy tìm thấy số còn lại của đơn vị băn rừng đến kịp lúc. Có tất cả khoảng 14 người và ai nấy mệt nhoài đang ngồi nghỉ dưới chân đồi. Tài xế Hoàng chở 6 người đi về phía trước chỗ xe tôi đậu và sau đó quay trở lại chở hết đám còn lại lên trên này tụ họp cùng một chỗ: Bà K, chị L, vợ trung sĩ Lưu, chị Thỏa và vợ trung sĩ Ơn gặp lại chồng mà nước mắt tuôn rơi. Tôi nhìn thấy thiếu tá K cũng mừng ra nước mắt khi gặp lại vợ con mình sau mấy ngày thất lạc. Không thể ngờ có thể gặp nhau được sau mấy ngày coi như phân ly tử biệt!

Thiếu tá K liên lạc truyền tin với nhóm người còn lại của trung đoàn 43 hầu nắm vững tình hình chiến sự. Trong khi ấy tôi thấy các đơn vị cảnh sát phối hợp cùng những anh em đơn vị khác chuẩn bị bỏ xe băng rừng đến Phước An. Trước khi đi họ rao bán hết xăng trong xe làm cho mọi người hoang mang sợ hãi hơn. Vài người không biết chuyện gì sắp xảy ra đến mua xăng với giá cắt cổ. Thay vì 500 họ phải trả đến 2 ngàn đồng cho một lít. Nhiều người suy nghĩ mua xăng làm gì? Chánh phủ sắp đưa quân giải cứu đến nơi, không lẽ họ bỏ mặc trên 100 ngàn dân tị nạn kẹt lại hay sao? Khốn thay cho những người ngây thơ tin vào sự giải cứu của quân đội lúc này.

Ngày 18 tháng 3 - 1975
Phép lạ # 10 Bỏ xe băng rừng vòng ra Phước An- ngày thứ nhứt

Chúng tôi theo dỏi tình hình chiến sự với các giới chức còn lại của trung đoàn 43. Sau khi Công sản pháo kích và tấn công dữ dội vào đồi Chư Cúc. Quân ta thất thủ và cho lệnh rút lui. Rút quân ra khỏi Chư Cúc có nghỉa là sẽ băng rừng đi bọc qua nút chận của cộng sản tại đồi 519 tại cây số 52! Bỏ mặc đoàn dân ở lại sau lưng? Tiếng la hét ra lệnh rút quân khẩn thiết trong máy truyền tin.

Thiếu tá K ra lệnh cho chúng tôi chuẩn bị hành trang bảo vệ số vợ con của anh em trong đơn vị băng rừng đi theo họ. Đi vòng quanh chổ địch quân trấn giữ trước khi đến Phước An. Năm phút sau, chúng tôi thấy những chiếc xe quân đội với vài xe Jeep có cần câu chở quan và lính chạy ào ào ngược ra phía trước đoàn dân. Điều này cho thấy cấp chỉ huy còn lại đã rút quân thật sự rồi. Chúng tôi vội vả chở đầy đàn bà con nít chạy theo. Các anh em khác thì chạy bộ theo sau. Cấp chỉ huy còn lại của trung đoàn 43 hối hả tập họp lại, ra chỉ thị thật nhanh rồi cùng nhau lái xe chạy nhanh về phía bìa rừng. Khi tới bìa rừng họ bỏ lại phía sau tất cả nào: Chiến xa lội nước M113 - xe Jeep và các loại súng đại pháo hạng nặng, chỉ mang súng cá nhân và đồ ăn vừa đủ. Riêng một vài cấp chỉ huy cao cấp thì được trực thăng đón đi, số còn lại phải băng rừng. Chúng tôi cũng vội vã chạy theo sau đám lính hỗn hợp băng rừng.

Tôi nghiệp cho trên 100 ngàn dân tị nạn vô tình còn chờ đợi tiếp cứu bị bỏ lại sau lưng mà không biết chi cả. Trong số dân sự, có cả hàng trăm lính đủ loại binh chủng không có cấp chỉ huy đang lang thang với họ mà không hay biết gì cả. Dân thấy lính và lính thấy dân thì cứ an lòng chờ tiếp cứu thế thôi. Họ có biết đâu lực lượng chánh quy có trách nhiệm bảo vệ họ đã rút quân và bang rừng trối chết cứu lấy mạng sống mình! Được biết trung sĩ Lưu và trung sĩ Ơn ở lại vì có hai con quá nhỏ mới sanh không thể băng rừng được. Họ hy vọng chờ quân tiếp viện đến giải cứu. Giờ phút này mọi thứ xảy ra quá bất ngờ và cấp tốc, không đủ giờ cắt nghĩa cho ai hết. Nhiều anh em không hiểu chuyệ gì! nên dẫn vợ con chạy theo vô rừng một khoảng đường rồi dẫn vợ con mình đi ra lại. Có lẽ họ nghĩ tại sao lại chạy vô rừng? Chờ mở đường rồi đi thì an toàn hơn.

Đoàn người vô trừng đi nối đuôi nhau thành một hàng ngoằn-ngèo dài cả hàng cây số, uống khúc theo triền núi hay bờ đê con suối. Có lúc phải lội sình hay leo đồi. Đi đêm đi ngày không nghỉ. Không ai nói chuyện với ai được, không ai có thể chạy tới chạy lui được. Thế nên có những người bị lạc hay bỏ cuộc đi ra trở lại cũng không ai hay. Đoàn quân băng rừng đi nhanh không chờ ai hết. Những người có vợ và con nít từ từ bị rớt lại tuốt sau lưng và bị lạc thành nhiều khúc khác nhau! Chúng tôi vì có vợ con cũng bị lâm vào tình trạng như thế. Từ từ cũng bị lọt về phía sau. Tôi thì cổng Huỳnh Giao trên lưng và Mai ôm cháu Ru-tơ trước ngực ráo riết bước lê theo. Tôi nghiệp vợ tôi mệt lã người đi không nổi nữa! Nhiều lần tôi phải hối thúc. Mai sanh Ru-tơ mới có hơn 2 tháng còn yếu lắm làm thế nào đi cho lẹ được. Tôi cứ sợ đi chậm quá nhỡ khi ra đến Phước An trễ thì quận đã bị Việt cộng chiếm mất! Lại kẹt trong vòng tay cộng sản. Tôi còn có giày lính, Mai thì không có giày nên tôi lấy nhiều vớ quân đội mang vô cho nàng. Mỗi khi băng qua nước hay qua bùn sình thì nó đùng lên một cục tuột ra tuột vô. Di chuyển trong sự kinh hoàng nên mọi tiếng động, khóc la đều bị cấm vì sợ địch quân phát giác vị trí. Làm sao đây? Khi con nít khóc vì bị gai góc đâm vào - bị ướt nước - bị lạnh - bị đói làm sao mà chúng không khóc được? Mấy anh lính bực mình khi nghe những tiếng khóc la như thế. Họ quát mắng các bà mẹ có con khóc. Họ hăm dọa bắn hay chích thuốc cho con các bà chết nếu còn để cho nó khóc. Thật thương thay cho các bà mẹ có con bú hay con quá nhỏ với sự đe dọa này. Có bà sợ quá khi con khóc, lẹ tay bụm miệng con lại cho nó nín! Khi ra đến chỗ an toàn hơn vài giờ sau thì mới hay con đã bị nghẹt thở chết từ hồi nào. Bà la hét khóc than vang động cả rừng làm các anh lính thất kinh lên. Thay vì thương xót, họ lại chưởi rủa và đe dọa bà. Không khóc la sao được khi bà vô tình bụm mũi con mình chết. Không la sao được khi bà la khóc vang động cả vùng làm bại lộ địa điểm, Việt cộng sẽ bắn vào thì chết cả lũ. Hoàn cảnh thật phức tạp và bi đát quá!

Trời tối thật sớm vì trong rừng cây che rậm rạp. Sự di chuyển càng khó khăn vì tầm nhìn xa bị giới hạn. Vợ tôi bị té ngã nhiều lần vì đường trơn trợt và quá mệt mỏi nên chân cẳng run rẩy khó bám vào đường đất trơn tru. Có những lúc vượt mương rạch lầy lội té ngả làm ướt cả bé Ru-tơ. Nước lạnh làm Ru-tơ khóc la! Vợ tôi vội vả cho nó bú thì nó nín ngay. Phải nói rằng sức chịu đựng mưa gió của hai con gái nhỏ rất tốt. Cám ơn Chúa nuôi dưởng và bảo vệ chúng. Đêm trong rừng thật là mù mịt, xòe tay ra trước mặt cũng không thấy. Thế mà đoàn người vẫn tiếp tục đi bằng cách người này níu áo người kia. Nếu xảy tay người đi trước mà không nắm lại được thì xem như bị thất lạc từ khúc đó. Thật gian nan cho những bà có 3, 4 con nhỏ, có đứa còn đang ẵm nữa! Làm sao mà đi kịp và không thất lạc. Khi bị thất lạc thì chỉ có nước kêu nhau inh ỏi thôi, còn gì phải sợ chứ? Kêu réo thì may ra có người đến cứu. Sự ồn áo cứ thế tiếp diễn khiến các anh lính dẫn đầu càng đi nhanh, cố tình bỏ lại sau lưng những người có con nít nhỏ. Chúng tôi cũng bị bỏ lại sau lưng vì một bà vấp chân té ngả không nắm lại được lưng người đi trước. Trời quá tối. Chúng tôi phải ngủ lại tại chỗ lúc 2 giờ khuya. Tội các con ngủ trong rừng lạnh lẻo, mặt đất thì gồ ghề nhột nhạt kiến bò, còn có muỗi mòng bu cắn đốt thỏa thê. Tôi và Mai vẫn mang con trên lưng và đeo trước ngực, ngủ gà ngủ gật qua đêm.

Ngày 19 tháng 3 - Đêm thứ hai băng rừng

Trời tờ mờ sáng thì mọi người đã thức dậy. Kiểm điểm lại có trên 20 quân nhân và trên 20 thường dân kể cả đàn bà con nít. Các anh em trong đơn vị cũng lạc hết cùng với vợ con họ. Kiểm điểm lại thì trong nhóm có một ông trung tá của tổng nha điều tra, một vài sĩ quan và binh sĩ thiết giáp với các anh biệt động quân. Một trong những người có bản đồ vùng nên thấy an lòng khi di chuyển. Vì sợ Việt cộng chận bắt, chúng tôi phải đi vòng xa vô rừng rồi mới đi ngược về phía Phước an. Nếu đi thẳng mất 1 ngày thì đến, song đi vòng thì phải ba ngày mới đến. Không hiểu sao lúc này vợ tôi đi mạnh hơn. Mới vừa sanh con hai tháng mà ôm con trèo non vượt suối phon phon vậy đó. Tôi nghĩ vì bản năng sinh tồn, vì chồng con nên Mai mới mạnh mẻ thế. Nhờ lượm được một ít gạo sấy, mì gói và khoai lang luột trên đường đi nên chúng tôi có tạm đủ thức ăn trong ngày. Khát thì có nước khe, nước suối trên đường di chuyển. Cám ơn Chúa giúp cho chúng tôi mạnh khỏe không bị bệnh tật chi cả.

Rừng âm u, núi đồi trùng điệp song đoàn người đi tìm tự do cứ đi không nao sờn. Mọi người ra sức gánh gồng đi mãi cho đến trời sụp tối. Chúng tôi tạm dừng ngủ trên ngọn đồi trọc chờ sáng. Bản đồ cho thấy chỉ còn 10 cây số đường rừng nữa là tới. Tôi cầu xin Chúa đình trệ sức tiến của cộng quân. Đừng cho nó chiếm Phước An trước khi chúng tôi ra đến nơi.

Ngày 20 Tháng 3- Ngày thứ ba băng rừng

Tất cả chúng tôi thức dậy thật sớm trong cái hoang vu và lạnh buốt của núi đồi vùng cao nguyên. Đứng trên đồi cao, nhìn về hướng Phước An mờ mịt trong màn sương trắng xóa. Ăn uống đạm bạc rồi chúng tôi bắt đầu khởi hành. Chúng tôi đi mãi cho đến giữa trưa thì thấy có vài đường mòn của người sắc tộc đi từ quận Phước An ra đến đây để làm rẫy. Ai nấy mừng rở vì có đường mòn nghỉa là gần quận rồi và dể đi hơn. Một tiếng đồng hồ sau thì chúng tôi phát hiện một đoàn người khác tìm tự do đi song song cùng chiều ở sát bìa rừng bên kia. Họ cũng nhìn thấy chúng tôi và khoác tay chào đón. Tôi nói với Mai là chỉ cần leo qua ngọn đồi này là có thể thấy quận Phước An rồi. Lòng chúng tôi phấn khởi hơn. Lúc này có thể nói chuyện với nhau nên ai nấy nói líu lo kể lể than khóc đủ điều. Vừa đúng lúc này thì Mai cảm thấy cơ thể rả rời! Tay chân bủn rũn! Không thể nào đi nhanh hơn nổi. Có lẽ tâm trí Mai nói rằng sắp thoát thân rồi nên cơ thể nàng cho là đủ nên không cần cố gắng hơn nữa. Tôi phải lừa dối Mai là qua hết ngọn đồi này là tới vùng đồng bằng dể đi hơn. Đôi khi tôi dọa là nếu chậm trể thỉ Việt Cộng tới Phước An trước mình thì sẽ chết thôi. Ngọn đồi nhìn không thấy cao lắm song khi đến gần chân núi mới thấy dóc đứng sừng sựng. Sau hơn 1 giờ cố gắng leo thì lên tới đỉnh. Nghĩ rằng khi xuống đồi sẽ có độ dốc lài ra dể đi xuống! Nào ngờ khi đi xuống cũng dốc đứng sừng sựng. Đáng buồn hơn là lại thấy còn một ngọn đồi nữa cần phải leo mới tới đồng bằng! Leo lên đồi đã khó mà xuống càng khó hơn vì đôi chân không còn đủ sức bám nên cứ để cho hai mông tuột dốc! Ai nấy cứ thế mà dùng mông tuột dốc mặc kệ gai góc hay đất đá. Khi tuột xuống đến chân đồi thì quần áo Mai rách nát. Để tránh lỏa lồ, Mai phải lấy cái khăn bàn màu xanh dùng đắp quấn cho Ru-tơ! lúc này đã vàng màu của phân để quấn chung quanh mình che thân. Mai chẳng cần để ý đến ai nhìn và thật ra lúc này cũng chẳng ai màn để ý đến. Cứ thế tôi khuyến khích Mai phải đi thêm một ngọn đồi nữa. Lần này Mai không tài nào leo lên nổi vì quá mệt mà còn ôm Ru-tơ trước ngực. Chúa cho một anh lính Biệt động quân thương xót, tình nguyện ẵm giúp cháu Ru-tơ đem lên đồi. Anh nói, " khi em mang em bé lên tới đỉnh rồi thì sẽ để cháu nằm ở trên đó chờ anh chị lên, còn em sẽ tiếp tục ra đi chớ không thể chờ đợi.". Chúng tôi mừng quá đồng ý ngay. Hơn một giờ sau thì chúng tôi leo lên tới đỉnh đồi trọc, không một bóng cây ngoại trừ cỏ lau cao ngang lưng quần và đất đá lục cục lòn hòn. Chúng tôi tìm kiếm cháu Ru-tơ không thấy đâu hết. Mai cuống quit lên lục lạo tìm kiếm thì kìa, Ru-tơ đang nằm yên trên sỏi đá ngủ yên lành, Mừng không thể kể siết. Vợ chồng tôi sau đó nghĩ lại thấy mình dại khờ làm sao! Mệt quá nên thiếu suy nghĩ. Nếu anh lính ẵm đi luôn thì sao? Hoặc ai đó lên trước tưởng con mồ côi bồng đi mất thì sao? Nghĩ lại làm tôi rùng mình!

Đêm nay thật lạnh, người tôi run lên cầm cập vì tất cả áo sống đều phủ trên hai con gái cho đủ ấm sợ chúng bị bệnh. Một anh lính thấy thương tình cho mượn một tấm vải to làm mền đắp. Chúng tôi cảm thấy dễ chịu hơn khi cả gia đình nằm chung dưới tấm vải này. Tôi nghiệp Huỳnh Giao trăn trở không ngủ được vì nằm trên đất đá cứng. Tôi phải ẵm cháu cho nằm trên ngực tôi thì nó mới nằm yên ngủ ngon lành. Nữa đêm tấm vải ướt như thấm nước vì sương lạnh. Vợ và hai con ngủ yên giấc còn tôi lẩm bẩm cầu nguyện rồi thiếp đi lúc nào không biết.

Ngày 22 tháng 3- Ngày thứ tư ra đến Phước An

Như lệ thường, chúng tôi thức dậy thật sớm, tuột núi để đi đến Phước An. Đường đi lúc này không còn đồi núi nữa vì đã xuống đến đồng bằng. Chúng tôi cứ thế mà đi theo những con đường mòn của người sắc tộc hay đi. Nhìn thấy có những người dân đang làm rẩy? Tôi ngạc nhiên suy nghĩ bộ họ không hay biết gì về Cộng sản đang đánh đến nơi hay sao? Chúng tôi ngừng lại giây phút hỏi đường ra quận rồi bươn bả đi ngay. Đôi chân của Mai bắt đầu đau hơn và khó khăn lắm để bước đi. Tôi phải hối thúc Mai bằng cách cõng Huỳnh Giao đi lẹ hơn về phía trước song khi nhìn lại thấy Mai còn tuốt phía sau! Đành trở lại khuyến khích an ủi và nắm tay Mai kéo đi. Tôi nhắc khéo Mai thì giờ không còn nữa, phải cố gắng tới Phước An trước khi địch chiếm thì hóa ra công dã tràng. Mai bảo tôi đi trước đi rồi từ từ nàng ra sau. Bỗng từ đâu một chiếc xe Jeep dân sự của một ông chủ đồn điền người sắc tộc chạy ngang sau khi thăm rẩy về. Chúng tôi xin ông cho có dan thì ông ta đồng ý ngay. Ông bảo hai người làm công đi xuống để có chỗ chở cả gia đình tôi. Xe chạy mất 30 phút thì đến Quốc lộ L.21, Ông bảo chúng tôi xuống vì Phước An cách đây chỉ có 2 cây số phía trước mặt. Thật Chúa là Đấng sắm sẳng phương tiện cho chúng tôi đi ra. Nếu không có ông này thì không tài nào vợ tôi đi nổi đoạn đường gập gềnh dài 30 phút lái xe như thế. Có thể phải ngủ thêm một đêm trong rừng trong sự hồi hợp và lo lắng.

Nhìn thấy Phước An phía trước đông đảo người và xe. Vì chỉ cách có 2 cây số đường nhựa. Chúng tôi hăng hái bước đi nhanh vì biết đã thoát nạn. Mai vui vẻ bước bên tôi và hình như chân nàng đã hết đau, 20 phút sau thì chúng tôi đến trung tâm quận. Nhìn thấy các anh em pháo binh, biệt động quân và nhiều lính bộ binh của Sư Đoàn 23 đi nhởn nhơ trên đường. Có trên hàng chục chiếc xe đò từ Nha Trang vô để chở dân tỵ nạn ra khỏi Phước An. Chúng tôi đến bến xe đò, làm thủ tục an ninh tại chỗ để được đưa ra Nha Trang. Nhìn thấy trong mấy trang trước có tên thiếu tá K. Ông đã tới đây trước chúng tôi một ngày rồi. Đến 11 giờ sáng thì thủ tục hoàn tất, chúng tôi vội vả lên xe đò ra Nha Trang, không dám chần chờ giây phút nào hết. Lên xe thì gặp lại anh lính đã giúp cổng Ru-tơ lên đồi. Anh xin mua cho anh một gói thuốc hút. Chúng tôi cũng không quên cám ơn anh thật nhiều. Trong khi chờ xe chạy, tôi quan sát thấy hầu hết các hàng quán đã đóng cửa. Họ di tản ra Nha Trang hết rồi chăng? Chỉ còn lại những thành phần lính tráng hỗn hợp cùng với những người của chánh quyền địa phương.

11:30 sáng, xe đò khởi hành ra Nha Trang. Mọi người thở phào nhẹ nhõm. Bây giờ mới thật sự biết mình còn sống. Khi xe đi qua đèo Phụng Hoàng thì thấy một đoàn xe GMC chở đầy lính dù đi ngược vào Phước An, kéo thêm 7 khẩu đại bác 105 ly. Được biết đó là Lữ Đoàn 3 dù được kéo về từ Quảng trị đến án ngữ đèo Phượng Hoàng, chặn đường tiến quân của địch đánh vào Nha Trang. Mọi người trên xe vỗ tay hoan hô chào đón lính dù với tấm lòng tri ân và hân hoan. Riêng tôi thầm nghĩ và thương xót cho các anh lính dù đi vào mà không có ngày đi ra! Chúa ơi cứu giúp họ với.

16:00 giờ thì xe chở chúng tôi về đến Ninh Hoà. Bước xuống xe, có những nam nữ học sinh trường trung học tình nguyện đón đưa ân cần săn sóc. Có một cô nhìn thấy vợ tôi choàng khăn hôi thối, quần áo rách nát. Cô khóc và tặng cho một bộ đồ còn tốt để thay đổi khiến chúng tôi rất cảm động. Chúng tôi ở Tuy Hòa một đêm và ngày hôm sau được chở đến trại Nhật Tảo / Nha Trang. Tại đây, chúng tôi gặp lại một số anh em trong đơn vị song cũng thấy buồn vì chỉ có tôi và vài người nữa còn đủ gia đình! Họ nhìn chúng tôi mà không nói năng chi! Vì buồn hay ganh tức chăng? Tôi chỉ biết cầu nguyện cho những gia đình thất lạc chưa ra được đến Nha Trang.

Ngày 23 tháng 3-1975
Phép lạ # 11 Những ngày ở Nha Trang

Vợ chồng chúng tôi được được chuyển sang trại Hàm Tử Nha Trang. Cám ơn Chúa cho con gặp lại tất cả gia đình các anh em trong đơn vị: gia đình Thiếu tá K, Trung Úy L, Trung úy T, Trung sĩ Bé cùng Binh nhất Thoa. Xin Cha tiếp tục cứu giúp những gia đình các anh em khác trên đường di tản. Thấy họ buồn vì chưa gặp lại gia đình mà con đau lòng quá Chúa ơi! Con không dám nhìn mặt họ khi có đủ vợ con bên mình còn họ thì không!

Ngày 24 tháng 3 – 1975

Được tin những đơn vị chủ lực của quân đoàn 2 bị chận đánh tan rả trên đường rút quân theo Quốc lộ 13. Nha Trang sẽ bị mất! Tôi nghĩ trong lòng. Tôi vội đi vào trung tâm chuyển vận tìm phương tiện đưa vợ con về Sài Gòn thì gặp lại Mưa, bạn củ thời trung học Văn Lang ở Tân Định, anh là lính Quân Cảnh giữ an ninh trật tự ở đây. Nhờ Mưa chỉ dẫn tìm phương tiện về Sài Gòn. Tôi cũng nhờ Mưa báo tin cho gia đình bên vợ ở Sài Gòn biết chúng tôi đã an toàn ra đến Nha Trang. Mưa giới thiệu tôi bạn anh là trung sĩ Liên, nhờ giúp đỡ phương tiện cho gia đình về Sài Gòn bằng hàng không hay đường thủy, vì đường bộ từ Nha Trang về Sài Gòn đã bị Việt Cộng chặn lối ở Phan Thiết!

Đơn vị nhỏ của chúng tôi chuyển về Bình Khê,

trại Mỹ bỏ lại đã bị gỡ gần hết những đồ tốt bán ra thị trường nên rất trông rất sơ sài và thiếu thốn đủ thứ. Tập họp chia chỗ ở tạm xong thì tôi đưa vợ con đến nhà thờ Tin Lành Nha Trang gặp Mục Sư Lê Đình Tố xin tá túc đỡ. Hội Thánh có một phòng lớn đã đang giúp cho nhiều tín hữu di tản từ miền Trung đến tá túc.

Ngày 25 tháng 3

Đang khi ở nhà thờ thì gặp lại gia đình chị Loan cùng hai cháu di tản đến từ Trung Tâm Huấn Luyện Dục Mỹ. Mừng quá sau mấy năm không gặp gia đình chị Loan. Sau đó tôi và anh Nghĩa tìm đủ cách để tìm mua phương tiện đưa vợ con về Sài Gòn cũng như hàng triệu người đang sống ở đây.

Ngày 26 tháng 3

Vẫn chưa có phương tiện chi cả cho vợ con về Sài Gòn! Song chúng tôi lảnh được tiền lương từ Sở Liên Lạc do Thiếu tá Hổ đem ra. Tôi cũng nhận 2 ngàn đồng tiền cứu trợ của Hội Thánh Nha Trang và đồ tiếp tế từ Sở Liên Lạc như: chiếu, son, mì gói, sửa và vải. Được biết họ muốn chúng tôi ở lại tử thủ Nha Trang cùng với những tàn binh khác! Khốn thay cho chúng tôi! Tin này khiến tôi hối hả tìm đủ cách đưa gia đình tôi và gia đình chị Loan về Sài Gòn càng sớm càng tốt. Cám ơn Chúa Trung sĩ Liên quân cảnh giúp tôi biết được tàu

Hải Quân HQ 503 có thể đưa hai gia đình về Sài Gòn ngày mai này.

Ngày 27 tháng 3 – Tàu HQ 503 đưa vợ con cùng ba mẹ con chị Loan về Sài Gòn

Hôm nay anh Tư chồng chị Loàn phải chạy về Dục Mỹ lo ít chuyện của đơn vị (Anh là đại Úy Pháo Binh). Tôi mượn xe Honda của Anh Tư chở Mai cùng hai con gái từ nhà thờ ra tàu Hải Quân HQ 503, sau đó quay lại chở gia đình chị Loan gồm 3 người xuống tàu về Sài Gòn.

Tàu thật lớn và cao không thể nào lên tàu được. Nhìn lên tàu thấy lính và dân di tản đã đầy trên đó. Còn đang phân vân chưa biết cách nào để đưa hai gia đình lên tàu thì cám ơn Chúa cho mấy anh em Biệt Động thả dây xuống kéo lên từng người. Thật vui khi thấy hai gia đình mình đã lên hết trên tàu! Song buồn vì tôi còn ở lại Nha Trang tử thủ, không biết có ngày gặp lại vợ con!

Vì phải trả xe lại cho anh Tư Nghĩa nên tôi đành phải quay lại nhà thờ chờ anh. Lúc này tôi phân vân nữa muốn đi theo vợ con về Sài Gòn, Ở lại cũng chẳng được gì! Sau cùng tôi quyết định đi theo về họ Sài Gòn! Tôi liền trở lại nơi tàu HQ 503 đậu, gặp ông thiếu tá Hải Quân đang đứng ở đó nhưng ông không cho tôi lên! Bảo tôi ở lại chiến đấu bảo vệ Nha Trang! Lính tan hàng chạy từ Buôn Ma Thuột ra mà ông bảo ở lại chiến đấu! Tôi nản chí quay về nhà thờ Nha Trang. Mục sư

Tố lại cho thêm một ngàn đồng và hai quyển Kinh Thánh. Ngủ lại nhà thờ thêm một đêm! **Buồn nhớ vợ và hai con gái!**

Ngày 28 vào trại Bình Khê tập họp với các anh em trong đơn vị.

Lúc này đa số mọi người đã có vợ con đông đủ, chỉ riêng trung úy Đường thì không có! Anh trách tôi sao không dẫn vợ con anh cùng băng rừng với chúng tôi. Biết nói sao đây Chúa ơi.!

Ngày 29 tháng 3

Được tin các toán Lôi Hổ di tản từ Pleiku về đến Nha Trang khá đông đủ. Họ được tạm trú tại trại Bạch Đằng đường Duy Tân.

18:00 giờ -Tình cờ được đi ăn cưới của trung úy Vang, là bà con với trung úy T tại bến xe đò Nguyễn Hoàng. Nhìn hai vợ chồng mới cưới mà thương cho họ quá. Người ta cưới xong thì đi hưởng tuần trăng mật, còn họ thì lo chạy giặc!

Lúc 21:00 giờ - Hay tin thiếu úy Sành bắn chết trung sĩ Tâm trong trại Bạch Đằng! Lúc này ai cũng rối trí và bất mãn! Dễ nổi nóng và bắn giết nhau là chuyện khó tránh được.

Ngày 30 tháng 3

Lúc 9 giờ sáng: Dự lễ phục sinh tại Hội Thánh Nha Trang. Còn nhớ chủ đề trong Giăng 20:1-9 *"1 Ngày thứ nhất trong tuần lễ, lúc rạng đông, trời còn mờ mờ, Ma-ri Ma-đơ-len tới mộ, thấy hòn đá lấp cửa mộ đã dời đi*

và I Cô-rinh-tô 15: 20 "20 Nhưng bây giờ, Đấng Christ đã từ kẻ chết sống lại, Ngài là trái đầu mùa của những kẻ ngủ."

14:00 giờ Gặp lại anh Tư Nghĩa, tôi liền trao tiền chị Loan nhờ đưa lại cho anh cùng chiếc xe gắn máy Honda. Tôi bán chiếc nhẫn đeo tay để hai anh em cùng đi ăn mừng cho vợ con đã có được phương tiện về Sài Gòn. Từ đó tôi và anh Nghĩa không còn gặp nhau nữa.

15:30 giờ Chúng tôi lại bị dời vô quân cảng Nha Trang, cạnh bờ bể rất đẹp. Thật không thể ngờ lại có ngày tắm biển Nha Trang đẹp đẽ như thế này. Về đêm biển trông rất thơ mộng. Ngoài xa các ánh đèn phản chiếu từ các tàu đánh cá trải dài mấy cây số trông như đèn của một thành phố nổi. Đêm nằm ngủ nghe sống vỗ vào bờ thật êm tai. Ước gì hình ảnh này còn mãi trong cảnh thanh bình.

Mấy ngày nay, dân Nha Trang đã di tản gần hết. Đa số các tiệm buôn đóng cửa. Đơn vị Lôi Hổ chúng tôi chỉ còn có trên 20 người cầm súng cùng với gia đình vợ con mà bắt ở lại tử thủ! Nằm đây chờ lệnh! Buồn vì một mình lẻ loi ở đây, vui vì biết Mai và các con đã về đến Sài Gòn bình yên, không còn phải gian khổ di tản nữa. Không biết mình còn có ngày gặp lại vợ con hay không, nếu phải cùng đám tàn quân tử thủ Nha Trang?

Ngày 31 tháng 3

Tình hình Nha Trang thật hỗn loạn. Phi cơ quân sự di chuyển cả ngày đêm. Dân chúng đổ ra bờ biển thi nhau mua ghe tàu về Vũng Tàu. Nhiều chiếc chở quá khẳm, ra tới cửa biển bị chìm chết rất nhiều người. Nhìn cảnh tranh đấu tìm mua phương tiện về Sài Gòn bằng đường thủy thật hỗn loạn. Người giàu mua luôn chỗ cho chiếc xe hơi của họ. Lính trên bờ bắn loạn xạ đòi xuống tàu vì không có tiền mua chỗ! Buồn quá Chúa ơi. Tại sao Chúa cứu con ra đến đây rồi lại bị bế tắc như thế này.

Ngày 1 tháng 4

Hay tin lữ đoàn 3 dù trấn thủ đèo Phụng Hoàng đã anh dũng chiến đấu cho đến khi hết đạn! Không được tiếp tế vì cấp trên đã bỏ đi về Sài Gòn hết rồi! Việt cộng đã chặn đường ra Nha Trang. Họ băng rừng rút về hướng Phan Thiết. Quân Bắc Việt đã chiếm thị xã Tuy Hoà!

Bảo vệ tàu Long Hồ về Sài Gòn

14: giờ

Chúng tôi được lảnh một ít lương khô. Được tin tỉnh trưởng Nha Trang đang chuẩn bị rút lui bí mật về Sài Gòn. Giặc chưa đánh tới mà cấp trên đã bỏ chạy hết. Chúng tôi bắt được tin tối nay tỉnh trưởng và tất cả người của họ sẽ xuống tàu Long Hồ tại cầu đá để về Sài Gòn. Thiếu tá K liền điều động tất cả các anh em còn lại và đem hết gia đình đến đây án ngữ Cầu Đá trước! Không cho họ đi xuống tàu Long Hồ. Ngoại trừ với điều kiện, phải cho tất cả gia đình Lôi Hổ xuống theo! Tỉnh trưởng và những đơn vị chiến đấu của ông phải lo bảo vệ Nha Trang mà họ còn bỏ tỉnh đi trước khi bị giặc đánh! Tôi hết sức bất mãn trong lòng! Vậy mà Bộ Chỉ Huy ở Sài Gòn cứ bảo chúng tôi ở lại Nha Trang tử thủ!

Cám ơn Chúa, nhờ có một số anh em Lôi Hổ trên tàu nên đã bảo vệ được tàu Long Hồ không bị mấy anh em Thủy Quân Lục Chiến di tản từ miền Trung thừa cơ cướp bốc. Chúng tôi bắt 4 tên lính cùng tịch thâu được một M.16, một súng ngắn COLT 45, và 2 quả lựu đạn, một Radio cassette và 120 ngàn đồng. Dân trên tàu yêu cầu chúng tôi quăng chúng xuống biển song nghĩ tình quân nhân bại trận! Bị thất chí vì bị bỏ rơi từ miền trung nên chúng tôi bắt nhốt chúng vào một phòng riêng biệt cho người canh gác cẩn thận. Chúng tôi cũng cho người người bảo vệ phòng lái của thuyền trưởng nữa. Được biết 4 tên này đã theo những chiếc xà lang từ Đà Nẵng về Nha Trang! Cướp của và giết trên 80 người rồi quăn thây xuống biển!

Ngày 2 tháng 4. Tàu Long Hồ đến Vũng Tàu.

12:00 giờ trưa Tàu Long Hồ liên lạc được với toán an ninh hỗn hợp ở Vủng Tàu, bắt giải 4 tên lính cướp lên bờ.

16:00 giờ Tất cả được lên bờ. Có xe GMC chở về tạm trú trong trại của Tiểu đoàn 6 Dù

Ngày 3 tháng Tư – quân Bắc Việt đã vào đến Nha Trang!

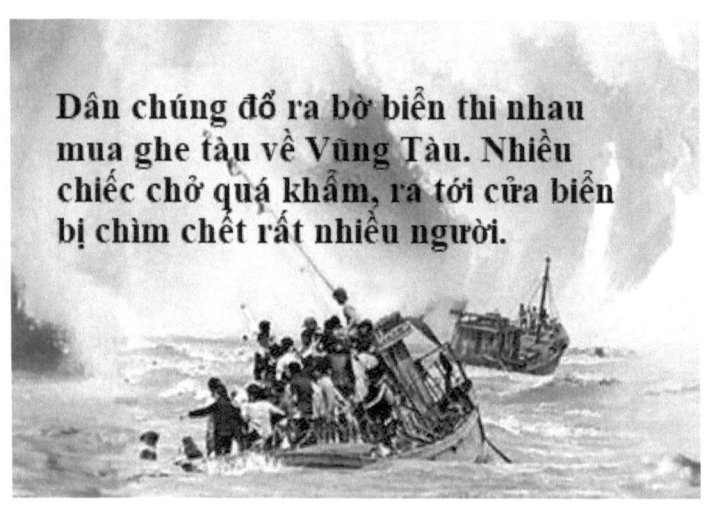

Dân chúng đổ ra bờ biển thi nhau mua ghe tàu về Vũng Tàu. Nhiều chiếc chở quá khẳm, ra tới cửa biển bị chìm chết rất nhiều người.

Phép lạ # 12 - 7 Thiên sứ đến bảo vệ Mai và hai con trên tàu HQ 503 (Vợ tôi kể lại)

Sau hơn một tháng từ lúc Buôn Ma Thuột thất thủ, tôi vẫn tiếp tục bám sát chồng tôi, vì tôi vẫn chưa có thể có suy nghĩ nào khác, ngoài ý nghĩ cùng chết với chồng con.

Ngày 23 tháng 3- 1975, Cuối cùng hết chúng tôi cũng đến được Nha Trang. Trên chuyến xe đò đưa dân di tản vào Nha trang từ Phước An, tôi nhìn thấy nhiều xe quân đội chuyển lính dù đến Phước An để "tử thủ"! Họ tiến vào địa thổ chúng tôi vừa thoát ra! Một ý nghĩ trong đầu làm nhói tim, thật đáng thương cho những chiến sĩ dù kia bị đưa vào chỗ chết! Không lối thoát! Tại sao? Cho ai?

Khi đến Nha Trang, chúng tôi được tiếp đón và tạm trú tại nhà thờ Tin Lành Nha Trang. Tôi nhớ Mụs Sư Tố! Họ xót xa tiếp đón, không biết lời nào nói được để an ủi gia đình tôi! Riêng tôi cũng không còn sức nào màng tới. Hình như ông bà Mục sư có cho gia đình tôi một ít tiền? Tôi cũng không còn hơi sức nào mà nghĩ đến, chỉ mong sao cho chồng và hai con gái nhỏ được bình yên còn mạng sống là tôi thỏa mãn. Sau đó chúng tôi được đoàn tụ được với gia đình chị chồng tôi. Anh Tư Nghĩa và chị Loan cùng hai con nhỏ.

Nhận được tin từ đoàn dân chạy từ Buôn Ma Thuột ra đến Nha Trang! Không có một trẻ em nào cỡ tuổi hai con gái tôi còn sống sót. Tạ ơn Chúa đã gìn giữ mạng sống hai đứa con gái hai tuổi và 3 tháng, thật là một phép lạ đầy ơn cho tôi.

Khi tạm ở chung trong khuông viên nhà thờ Nha Trang vài ngày, mỗi ngày trôi qua đều không ý nghỉa gì cho đến khi tôi và hai con gái gặp lại chồng, cha của hai con. Mỗi ngày anh phải đi hội họp với nhóm của anh và tìm phương tiện về Sài Gòn

Tin cuối cùng từ chồng tôi cho biết, Nha Trang đang khẩn trương vô cùng! Có tin rằng chánh quyền Nha trang sẽ bỏ đi trước khi giặc đánh tới! Nha Trang sẽ mất nay mai! Chồng tôi lại vội vã tạm biệt tôi và hai con, đi trình diện để chiến đấu dù không có hy vọng! Buồn…

Sáng ngày 27 tháng 3-1975 Chồng tôi bất ngờ trở về, không nói nhiều, chỉ bảo tôi chuẩn bị để chạy giặc lần nữa. Chạy đi đâu? Tôi cũng không màng! Chồng tôi về lại bên tôi rồi! Lần này nếu có chết! Thì sao chứ? Tôi không muốn suy nghĩ nhiều hơn, cũng không muốn hỏi nhiều! Vì không muốn biết câu trả lời của anh.

Chồng tôi chở tôi và hai con gái cùng chị Loan và các con của chị bằng xe gắn máy Honda ra bến tàu của Hải Quân. Dừng lại trước chiếc tàu rất lớn HQ 503. Cảnh tượng chung quanh đó có nhiều xác chết của trẻ em trên những chiếc xà lang từ miền Trung về Nha Trang đượm màu tan thương! Hình như trời cũng buồn cho cảnh chia ly này! Chung quanh thật yên lặng đáng sợ. Hình như tàu HQ 503 không nhận người nữa!

Họ đã đóng cửa tàu nên không cách gì để lên tàu! Tôi mừng thầm, thế có nghĩa là tôi không bị bắt buộc xa các chồng. anh ấy không thể ép tôi lên tàu! Nhưng ý nghĩ điên rồ của tôi thật quá ngắn! Định thần nhìn lại, tôi thấy chị chồng tôi và hai con chị ấy đang được mấy anh lính Biệt Động thả dây phao kéo lên bon tàu. Chưa kịp định thần thì chồng tôi đã nhanh nhẹn quấn dây phao chung quanh mình tôi để họ kéo lên! Tôi ôm chặt hai con gái vào lòng khi được kéo lên bon tàu. Vì quá yếu, tôi chỉ đủ sức nói khẽ, "đừng bỏ mẹ con em, anh cũng phải đi nha!" sau cái nất nghẹn. Anh ngần ngại trong khoảnh khắc rồi gật đầu nhưng không nói.

Khi được kéo lên bon tàu rồi, tôi nhìn chung quanh rồi thầm hỏi, "đông như thế này…thì làm sao anh…có thể tìm được em!" Có cả ngàn người trên bon tàu! Họ la hét, cải vã, chửi mắng nhau inh ỏi vì dành chổ ngồi!

Tôi bị xô xát, lảo đảo xuyết té mấy lần vì bị chen lấn gần xỉu. Nhìn thấy chị chồng tôi cũng ngồi được rồi! Nhưng chúng tôi bị chia cách nhau qua rừng người. Không khí thật khó thở, hôi hám và nóng bức điên lên được. Tôi và hai con gái nhỏ bị chèn ép đến mức chúng tôi gồm ba người chỉ có được ¼ thước vuông để ngồi nghỉ giữa trời nắng nóng!

Khoảng 2 giờ trưa thì tàu ra bến! Tim tôi như tắt nghẹn vì không thấy chồng, có lẽ anh ấy không lên được?! Ngồi trên bon tàu, tôi không còn sức để suy nghĩ gì thêm. Một luồng thất vọng chợt thoáng đã ngập đầy tâm trí! Chúng tôi lại ly biệt nhau thật rồi. Tuyệt vọng quá! Tôi không còn sức để mưu sống, ước gì chúng tôi được chết bên nhau sớm hơn!

Những lời chửi thề to tiếng và quá hung dữ từ gia đình sát bên cạnh làm tôi không thể suy nghĩ gì hơn nữa được. Gia đình này và hai con trai lớn của họ không ngừng đạp và đá chúng tôi, hầu cho họ có thêm chỗ để nằm. Tôi cảm thấy cái chết gần quá vì không thở được và nắng nóng cọng đói và khát! Nhớ đến những xà lang đầy con nít chết cập bến Cầu Đá từ Miền Trung về! Chúa ơi không lẽ chúng con sẽ chết như thế?

Sau vài tiếng đồng hồ chìm ngập giữa rừng người trên bon tàu! Vừa đói, vừa khát, vừa không có đủ không khí để thở! Nhìn vào hai con nhỏ, tôi chỉ còn hy vọng cuối cùng! Xin Chúa cho con chết trước để con không nhìn thấy hai con nhỏ bị đè chết? Hay phải cầu xin cho hai con nhỏ được chết trước nhanh chóng để không bị bơ vơ.

Gia đình bên cạnh tôi chân không ngừng đạp tôi, tay thì cầm đồ ăn thức uống, miếng vừa nhai nuốt vừa chửi rủa. Họ cố ý đạp tôi để rông chỗ nằm cho thoải mái. Chắc chắn là tôi và hai con sẽ chết! Tôi khóc thầm song không có giọt nước mắt nào trào ra. Tôi chỉ biết ngồi ôm hai con gục đầu chờ chết. Cố nhìn lại lần cuối, tôi cũng thấy chị chồng tôi ngồi gục đầu như thế. Không biết chị có cảm thấy gần chết như tôi?

Tôi chấp nhận và chuẩn bị để tắt hơi bất cứ lúc

nào. Trên bon tàu, trời trưa thật nóng trên rừng người hôi hám! Không còn đủ không khí để thở! Không một bóng mát để tạm trú nắng! Bỗng tai tôi nghe một giọng nói hùng mạnh nhưng hiền từ vang vang bên tai tôi:

- Thôi! Đủ rồi nhé, đừng ức hiếp người quá đáng.

Mở mắt ra, tôi nhìn thấy một thanh niên cao ráo và thanh nhã, tuổi khoảng 25. Người ấy rẽ rừng người đi về hướng tôi ngồi cùng hai cháu nhỏ. Cùng lúc, tôi nhận ra được không phải chỉ có một mà đến sáu bảy người thanh niên thanh nhã như những sinh viên đại học. Họ cùng rẽ rừng người đi về hướng tôi với nụ cười hiền lành, nhưng không ai nói chi cả ngoài trừ người thanh niên đầu tiên. Đoàn thanh niên này đến gần tôi đang ôm hai con trong lòng, tạo thành một vòng tròn chung quanh, khiến tôi cảm thấy dễ chịu hẳn ra và có không khí để thở. Bây giờ nhớ lại, dù mấy thanh niên này không nói gì nhưng những người ức hiếp tôi rất nể sợ, họ giảm lỏng vòng vây ngay lập tức chung quanh tôi. Người thanh niên đầu tiên lại nói:

- Chị hãy nằm ngủ cho khỏe.

Không một chút khách sáo hay phản kháng, tôi nằm co ro xuống bon tàu đủ chỗ cho hai con gái nhỏ cùng nằm với tôi. Tôi nhắm mắt, thở được một khoảnh khắc bao lâu thì tôi không nhớ được, nhưng có cảm giác yên lành, và hình như có gió và bóng mát! Mở mắt ra xem gió mát từ đâu? Thì ra những thanh niên "sinh viên" này đang ngồi bao bọc chung quanh tôi, người nào cũng mang kính mát và người nào cũng đang cố tình mở sách ra để đọc. Thì ra, bóng mát từ bảy cuốn sách họ đang mở ra đọc giúp tôi có một cây dù bóng mát che phủ nơi tôi và hai con nằm! Thật tuyệt vời.

Hình như đã ngã chiều! Thanh niên đó nhẹ nhàng hỏi tôi,

- Chị có đói không? Tôi gật đầu. Người bèn nói tiếp.

- Này nhé, chị đi hướng này độ 10 thước sẽ có một tam cắp, xuống 3 nấc thang, chị quẹo mặt sau đó quẹo trái. Sẽ có người cho chị thức ăn.

Không biết tại sao tôi vâng lời ngay? Uy quyền của lời người đó nói! Hay có lẽ vì tôi quá đói, quá khát nên tôi lập tức ngồi dậy đi ngay. Để luôn cả hai đứa con gái nhỏ còn đang ngủ ở lại với bảy thanh niên lạ nầy, không chút sợ hãi. Đúng theo hành trình đã được chỉ dẫn. Tôi dừng lại trước một người nam, hình như đầu bếp. Không hỏi thêm câu nào, anh ta nhẹ nhàng hỏi?

- Cho mấy người ăn? Tôi trả lời

- Cho hai người và một trẻ sơ sinh.

Anh ta cho tôi một dĩa đầy thức ăn, một ly nước lạnh và một ly sữa. Anh không đòi trả tiền, vì nếu có hỏi, tôi cũng không có tiền để trả!

Trên đường trở lại chỗ nằm, tôi đi đến đâu thì rừng người ta ngoan ngoãn vẹt qua một bên cho tôi đi! Không hề làm khó tôi chi cả. Hình như họ đã thấy điều chi lạ lùng về những thanh niên này đã cố tình bảo vệ mẹ con tôi? Tôi đút cho hai con gái, sữa và thức ăn nước uống.

Đêm xuống, trời bắt đầu trở lạnh trên biển.Sau nữa đêm, hình như đã đến bến? Ở đâu tôi cũng không biết, vì nhận thức ra mọi người đang ùa xuống đất liền.

Nhìn lại, "bảy thanh kiên cũng đi mất rồi, tôi không có dịp mở lời cám ơn?" Tôi thì thầm. Tôi thờ thẩn bồng bế hai con gái cùng theo đám người còn lại đi xuống bến. Tôi hỏi một người đàn ông,

- Dạ thưa ông, đây là đâu?

- Bến sông Sài gòn. Ông ta trả lời

Trên bến tàu thật vắng người. Có lẽ khoảng 1-2 giờ sáng. Hình như mọi người đều đã có phương tiện đi đến chỗ họ phải đi đến. Không còn xe cộ chi trên bến! Dù có tôi cũng không dám gọi vì không có tiền! Bơ vơ không biết làm gì tiếp theo! Chợt nghe lơi mời hỏi han của ai đó,

- Chị cần muốn đi đâu?"

- Tôi cần đi về nhà! Vừa trả lời xong thì tôi nhìn thấy có một chiếc xe Honda ôm trờ tới thắng lại bên cạnh.

- Lên xe đi, tôi sẽ chở chị đi cho! Nếu không, thì không còn xe nào khác!

Tôi vội leo lên xe, hai tay ẵm bồng hai con. Tôi nói

địa chỉ, xe bắt đầu lăn bánh. Nói thật, nếu xe có chở đi đâu tôi cũng không biết! Vì chưa từng đi đâu một mình khi lớn lên, tôi chỉ biết một đường đi, từ nhà đến trường, từ trường về nhà.

Xe chạy một hồi lâu, tôi mới nhìn thấy được những khung cảnh quen thuộc. Phút chốc sau, xe đậu trước sân nhà. Bước xuống xe, đứng trước cửa sắt đóng kính! Tôi vừa bật khóc, vừa nghẹn cố gắng bật lên được,

- Ba ơi, con về rồi nè!

… Im lặng khoảng 3 giây… Tôi thấy đèn trên lầu bật sáng. Tôi nghe tiếng chạy rầm rập xuống thang lầu. Nghe Ba tôi vừa chạy vừa hét:

- Mau mau mở cửa! Con Mai nó về

*Tạ ơn Chúa cho 7 thiên sứ đến cứu con, giúp con an toàn về đến nhà bình yên. Còn chồng con thì sao Chúa ơi?

David Báu Lê | 131

Phép lạ # 13 Sum họp với vợ con tại Sài Gòn & những ngày cuối cùng của miền Nam

Khoảng 8 giờ sáng. Chúng tôi đám tàn quân được xe GMC đưa về Củ Chi do thiếu tá T chỉ huy. Chờ cho mọi thủ tục tươm tất. Tôi liền về Sài Gòn thăm gia đình. Gặp lại Mai và hai con cùng gia đình bên vợ! Thật vui và cảm động không cầm được nước mắt. Gia đình bên vợ gọi tôi là "người chết hiện về" vì tin rằng tôi đã chết rồi.

Ngày 4 tháng 4.

Thức dậy ăn sáng rồi tôi từ giả gia đình trở lại Củ Chi để tập họp lúc 8 giờ sáng. Chúng tôi lại được trang bị vũ khí để tử thủ. Buồn quá Chúa ơi! Các anh em bị thất lạc gia đình tỏ vẻ ganh ghét con nhiều hơn. Tình hình đã quá rõ ràng? Mỹ và chánh quyền Miền Nam đã bỏ cuộc. Họ cuốn gói đi trước bỏ mặc chúng ta ở lại ngoài mặt trận làm những con thiêu thân. Nếu tôi không lo cho vợ con thì ai lo đây? Cám ơn Chúa cho con có sự khôn ngoan này để nhìn thấy tất cả diễn biến của thời cuộc trên hai năm nay. Lúc này mọi người đã thấy sự tan rả của chế độ Cộng Hòa Miền Nam! Tôi muốn bỏ trại về với gia đình để có thì giờ lo di tản ra ngoại quốc!

Ngày 5 tháng 4

Tôi cùng trung úy Đ dù về Sài Gòn bằng xe Honda, Có ghé thăm anh Hai Tấn của vợ rồi sang thăm Bác 10. Gặp anh Hai Trọng và gia đình đã di tản về đây từ Đà Lạt. Cũng gặp Thiếu Tá B em tướng Q. Mọi người xum họp ở đây bàn tán cách nào để đi ra khỏi Việt Nam. Tôi có hướng dẫn họ ra bến Bạch Đằng, giới thiệu tàu Long Hồ cho họ đi khi thời điểm đến. Tôi còn nói,

- Phải ra thăm hằng ngày để biết khi nào họ sẽ ra khơi. Tôi phải theo đơn vị.

Ngày 6 tháng 4 - Trở lại Củ Chi.

Lúc này về đơn vị mà cũng không phải là đơn vị nữa. Đám tàn quân chờ lệnh thì đúng hơn. Lệnh lạc ở đâu? Vì những cấp trên đả ra đi hết rồi! Mấy ông sỉ quan nhóc lên cầm quyền bất đắc dỉ không biết gì nên cứ bảo ngồi đó chờ lệnh. Bốn vùng chiến thuật báo cáo thất thủ liên miên! Các tỉnh chưa bị Việt Cộng đánh đã bỏ chạy. Những đơn vị chiến đấu hoan mang. Khắp mặt trận mỗi ngày càng khốc liệt. Vũ khí đạn dược không có để cung cấp. Ai chết mặt ai. Lính thất trận không cấp chỉ huy bất mãn đi cướp bốc, bắn giết bừa bãi. Hình ảnh chết chóc của những em bé trên những chiếc xà lang từ miền Trung vào Nhà Trang còn ghi rỏ trong tâm trí. Địa ngục trần gian là đây Chúa ơi. Biết bao nhiêu người nữa phải nằm xuống- Biết bao nhiêu người bị bỏ rơi ngoài trận chiến- Về đến Sài Gòn rồi!

Còn phải di tản đến đâu nữa đây hỡi Chúa!

Ngày 8 tháng 4.

Vào Sở Liên Lạc khai mất chứng chỉ tại ngủ. Cũng ngày này địch sử dụng F5 chiếm được từ phi trường Đà Nẵng bay vào ném bom dinh Độc Lập.

Ngày 9 tháng 4

Lại về Sài Gòn với trung úy Đ bằng Honda thăm gia đình. Thời buổi này gặp được vợ con ngày nào hay ngày nấy. Việt Cộng theo tới Sài Gòn rồi còn chạy đi đâu nữa? Chúa ơi sao Ngài cho con về đến Sài Gòn mà cũng cho phép Việt Cộng theo sát bên vậy Chúa!

Ngày 10 tháng 4

Trở về lại Củ Chi vừa kịp tập họp, rồi nằm trằn trọc trên võng chờ những ngày đen tối sắp sửa đến. Tôi có cảm giác như đang ngồi dưới máy chém! Chờ cho lưỡi dao rơi xuống cắt đi cái đầu! Mỗi ngày thấy những người giàu có hay chức vụ lớn được đưa ra phi trường đi Mỹ mà ham. Làm sao chúng con thoát ra khỏi Việt Nam đây Chúa ơi? Chúa đã cứu chúng con từ Buôn-Ma-Thuột về đến Sài Gòn tìm tự do, không lẽ Ngài ngừng tại đây!

Ngày 11 tháng 4

Thông điệp Tổng Thống Ford cho rút hết quân Mỹ còn lại ra khỏi Việt Nam. Cắt hết viện trợ và đóng cửa Toà Đại Sứ. Thật là nãn lòng. Không ngờ Mỹ đã bỏ chúng ta! Hết hy vọng rồi Chúa ơi. Con chỉ tin cậy Ngài thôi

Ngày 12 tháng 4

Về nhà thăm Mai và hai con. Những người bên vợ kể lại rằng, mỗi khi họ nói chuyện lớn tiếng thì bị con gái Huỳnh Giao (hai tuổi) nói, *"đừng nói chuyện lớn. Việt cộng nó đến cắt cổ ba con"*!

Trưa nay ra bến Bạch Đằng tìm tàu Long Hồ để lảnh tiền thưởng cho các anh em đã có công bảo vệ tàu Long Hồ như họ đã hứa nhưng không liên lạc được. Sài Gòn thật loạn lạc. Ai nấy tìm cách đi ra khỏi Việt Nam.

Ngày 13 tháng 4

Đi nhà thờ Hòa Hưng tạ ơn Chúa. Hỏi thăm gia đình Mục Sư Trưng thì biết họ không còn ở đây nữa! Tôi quen thân gia đình này lúc còn đang học thi Tú Tài 2.

Ngày 14 tháng 4

Ba tôi từ Cần thơ tìm lên trại Củ Chi thăm tôi. Có

nỗi vui mừng nào hơn, khi cứ ngỡ là sẽ không bao giờ gặp lại ba yêu dấu. Thật là một giấc mơ hải hùng và cũng là tuyệt vời khi Chúa hằng ở cùng trong mọi tình huống.

Ba yêu dấu đây rồi, lời không nói lên được ở đầu môi mà nước mắt cứ trào rơi. Hai cha con ôm chặt hôn lấy nhau. Con biết làm gì để cám ơn Chúa đây. Sau cuộc chiến này con chỉ muốn dâng hết cuộc sống còn lại cho Ngài mà thôi Chúa ơi. Tiền tài danh vọng đối với con bây giờ thật là vô nghĩa! Tội ba quá, ba hưu trí lâu rồi song không có lãnh tiền hưu trí chi hết. Nhờ bán được một số đất bên làng Thành Lợi, để tiền trong ngân hàng lấy lời mà sống lây lất qua ngày. Ba có bốn con trai đều ở trong quân đội! Hết lo cho đứa này đến đứa kia! Tiền bạc đã cạn mà ba còn đem lên 20 ngàn cho con. Không lấy thì ba buồn. Tôi hứa sẽ về Cần Thơ thăm nhà nay mai cho ba đừng buồn! Nhưng trong lòng biết rằng sau ngày hôm nay! Sẽ không còn có dịp gặp lại nhau!

Ngày 15 tháng 4

Định ở Củ Chi vài ngày rồi mới dù về thăm Mai và hai con, song chỉ cần đến chiều tối đã chịu không nổi cảnh bồn chồn nhớ nhà, nên mượn xe Honda của Đ chạy về thăm vợ con. Tới nhà đúng 7 giờ tối. Thấy được vợ con thì hết mệt ngay. Tình hình chiến sự ngày càng đen tối. Nếu miền Nam bị mất thì chuyện gì sẽ xảy ra cho chúng con? Là sĩ quan quân đội miền Nam, chúng tôi sẽ bị bắt, bị giết hay bị giam cầm trong trong trại cải tạo nơi rừng sâu nước độc nào đó. Đi ra nước ngoài chăng, bằng cách nào đây Chúa. Tất cả buồn lo và sợ hãi con trao hết cho Chúa, xin Ngài mở lối cho con.

Ngày 16 tháng 4 -Trở về trại Củ Chi.

Hay tin có thêm 4 gia đình của Chiến Đoàn 3 chúng tôi về đến Sở Liên Lạc. Gia đình của Binh nhất Năm, binh nhất Long và trung sĩ Huệ. Mừng quá Chúa ơi.

Ngày 17 tháng 4 - Bảo vệ Biên Hòa

Bị dời lên vòng đai Biên Hòa ở chung với Đoàn 1 Sở Liên Lạc.

Đơn vị chúng tôi đóng gần tiểu đoàn Thủy Quân Lục Chiến để bảo vệ vòng đai phi trường Biên Hòa. Mỗi ngày nằm nghe Việt Cộng pháo hàng trăm quả đại pháo vào phi trường mà bồn chồn trong lòng. Ở vị tri này, muốn đi về thăm Mai thì khó hơn, vì trại ở xa đường phố và nằm trong khu quân sự. Tôi thầm than vãn với Chúa rằng, "Chúa ơi! Sao Ngài cho con thoát địch về đến Sài Gòn mà lại cho bọn chúng đi theo đến đây vậy Chúa? Chúng con đã trải qua quá nhiều khổ ải mới về được đến Sài Gòn! Thế mà chúng cũng theo tới đây luôn!"

Thế rồi 10 ngày trôi qua! buồn thiu buồn thỉu ở nơi này nằm nghe pháo kích. Nhớ vợ nhớ con! Tương lai mù mịt!

Ngày 27 tháng 4 - Phi trường Biên Hòa bị pháo kích rồi tự phá hủy bom đạn

Bộ Chỉ Huy Quân đoàn I rút về Bộ Tổng Tham Mưu.

Những tiếng nổ long trời! Một vùng lửa cao ngất tầng mây. Tôi nhìn thấy áp lực của những quả bom CPU nổ đè nén không khí đến nơi chúng tôi đang cố thủ. Sau sử cố ấy thì tiểu đoàn Thủy Quân Lục Chiến gồm 4,5 trăm lính rút về Sài Gòn mất! Song Thiếu tá K một lần nữa không chịu rút theo vì chưa có lệnh! Chỉ vài chục mạng mà ở lại tử thủ nữa sao? Bộ chỉ huy Quân đoàn I đã rút đi hết và tự phá hủy kho đạn trong phi trường Biên Hoà! Tại sao còn chờ gì ở đây? Cấp trên bỏ đi hết rồi! Đâu có ai mà ban lệnh chứ!

Ngày 28 tháng 4

Thêm một ngày nằm chờ lệnh trên mà lòng tôi như lửa đốt. Muốn đi bộ ra đường tìm xe về nhà! Tới đâu thì tới. Không chịu chết lảng nhách như thế này được!

Ngày 29 tháng 4 – 1975
Phép lạ # 14 Ngày cuối cùng – Hành trình ra biển Đông - Vĩnh biệt Việt Nam

10:00 sáng- Không còn lệnh chi cả! Thiếu Tá K ra lệnh rút về Bộ Tổng Tham Mưu vì đã nhìn thấy Việt cộng vào tới Biên Hoà. Chúng treo cờ đỏ sao vàng khắp nơi mà lệnh từ Bô Chỉ Huy vẫn không có. Mọi người chia nhau lên hai xe GMC của đơn vị. Riêng tôi và Trung úy T đi chung xe gắn máy Honda. Kinh nghiệm rút quân những lần trước, nên chúng tôi đi bằng xe gắn máy ít nguy hiểm và nhanh hơn. Trên lộ trình từ Biên Hoà về Sài Gòn khói lửa khắp trời. Dân quân di tản chen chúc nhau trên xa lộ nhỏ hẹp. Cờ cộng sản đã treo đầy đường phố. Tôi nghiệp cho những anh lính đang tử thủ cầu Bình Lợi với những vũ khí đơn sơ!

13:00 giờ trưa - Đến Tân Cảng ghé nhà Trung úy T, thì được biết anh của T là đại úy Vũ Minh Thư có đem một chiếc tàu quân vận về để chở đình ra biển. Họ đang nôn nóng chờ anh ấy về, tối nay sẽ ra đi. Lúc này Sài Gòn giới nghiêm 24/24. Trung úy T cho biết, anh sẽ theo gia đình vượt biển tìm tự do và quyết định không theo đơn vị vào tử thù trong Bộ Tổng Tham Mưu. Nếu tôi muốn đi thì theo anh xuống tàu tối nay.

Cám ơn Chúa đã trả lời! Tôi đồng ý, và mượn xe gắn máy của Toản chạy về cư xá Chí Hòa để đón vợ và hai con. Vì giới nghiêm nên thành phố đã đóng cửa hết, chỉ có quân đội và chánh quyền di chuyển thôi. Tôi mặc quân phục và mang súng AR.15 trên vai, nên đi tới đâu thì những lính kiểm soát mở dây kẽm gai đến đó cho tôi đi qua.

Về đến cư xá sĩ quan Chí Hòa, lính gát cổng bắt tôi để hết vũ khí tại trạm gát, chỉ chạy vào mình không. Vào đến nhà, tôi hối hả vợ tôi mang hành trang như đã chỉ dẫn trước đây ra đi lập tức. Hỏi thăm gia đình có ai đi không thì cha mẹ vợ quyết định ở lại! Họ tin con rể là trung tá Nguyễn Bá Mạnh Hùng nói không sao đâu! Anh là trung đoàn trưởng của Sư Đoàn 18 Bộ Binh, anh tin rằng sẽ có hoà bình Nam Bắc.

Tôi chở vợ và hai con trên chiếc xe gắn máy từ giả gia đình G7 ra đi. Tội những đứa em vợ nhìn theo chúng tôi mà nước mắt đầm đìa. Linh tính cho biết sẽ không còn gặp nhau nữa.

19:00 giờ - Đến nhà Toản ở bến Tân Cảng bình yên. Gia đình dòng họ của trung úy T đông lắm, có người mang theo khỉ con nữa. con gái lớn Huỳnh Giao chơi đùa với con khỉ bị nó quàu vào trán máu chảy xuống đỏ cả mặt. Chúng tôi xé mảnh vải trắng rịt vết thương trán lại cho cháu khiến Huỳnh Giao trông như mang tang vậy! Chưa đi tới đâu mà con gái đã bị thương rồi Chúa ơi!

19:30 Xuống bến sông Tân Cảng (ngày thứ nhất trên song)

Tội nghiệp anh đại uý Thư, đã phải dùng chiếc xe hơi DS lộng lẫy chở bà con từ nhà anh xuống bến Tân Cảng đến 3 lượt mới hết người. Chỉ những người có liên hệ đến Hải Quân mới vào cổng này được. Khi xuống đến bến Tân Cảng thì đã thấy có hàng ngàn người chen lấn dài theo bến sông rồi. Người nào cũng tay xách nách mang. Dân nhà giàu thì mang theo cả Radio, TV và những hành lý sang trọng Samsonai nặng nề! Bị người ta xô đẩy không những mất đồ mà còn lại mất con nữa. Tiếng súng của lính bảo vệ bến tàu bắn lên trời chát chúa! Người ta đông lắm, đủ mọi thành phần quân dân và bọn trộm cắp. Bất cứ tàu nào đậu sát bờ là họ tranh nhau nhảy xuống! Không cần giấy phép chi cả.

20:00 giờ tối - Chiếc tàu quân vận của anh Thư là

loại tàu L.C.U, còn gọi là tàu đổ bộ hay tàu há mồm, được lệnh chở đạn đại bác 105 ly tiếp tế cho vùng 4 tìm cách cập bến. Anh Thư rất khó khăn để cập tàu sát bờ cho gia đình thân nhân xuống hết một lần vì dân chúng tranh nhau nhảy xuống quá đông! Lần thứ nhất tàu cặp bến thì tôi đứng một chân trên bờ một chân trên tàu, vừa ẵm Huỳnh Giao thảy lên bon tàu, chưa kịp kéo Mai và Ru-tơ xuống thì tàu tách bến vì người ta nhảy xuống quá đông! Quýnh quá tôi phải phóng lên bờ để lo cho Mai và Ru-tơ! Huỳnh Giao bị đứng một mình trên thành tàu với những người lạ. Tàu ra giữa giòng sông đụng phải với chiếc tàu khác! Khiến vài người đang đứng chơ vơ trên thành tàu rơi xuống sông chết chìm. Trời đã tối, từ trên bờ nhìn ra thấy bóng người lờ mờ, chỉ nghe tiếng va chạm và tiếng của những vật nặng rơi xuống nước cùng tiếng la kêu cứu. Vợ chồng tôi sợ điếng hồn, không biết con gái ra sao rồi? Chúa ơi cứu con gái con.

Lần thứ hai, anh Thư cho tàu cập bến để đón số thân nhân còn lại, thì kỳ này chúng tôi phóng xuống tàu được hết. Hai vợ chồng tôi vội đi tìm Huỳnh Giao ngay! Tìm mãi không thấy bóng con gái ở đâu! Tôi hồi hộp quá khi nghĩ đến con gái đã rớt xuống sông Sài Gòn khi hai tàu đụng nhau! Vợ tôi than khóc đòi nhảy xuống sông chết với con vì sợ nó chết lạnh một mình. Mai nói. *"chưa đi tới đâu mà đã mất con rồi. Chạy từ Buôn-Ma- Thuột mà không mất con. Bây giờ mới ra bến tàu mà đã mất con gái yêu rồi! Em phải chết theo con em mới được!"* Tôi khuyên Mai bình tĩnh và tiếp tục đi tìm con gái. Mai vừa khóc vừa đi chung quanh tàu hỏi những ai nàng có thể thấy được! Đang khi vô vọng thì một người nữ khoảng 22 đến hỏi Mai rằng:

- Chị tìm ai. Tại sao chị khóc quá vậy?
- Tôi tìm con gái tôi. Người nữ này bèn nói
- Chị theo tôi vào đây.

Mai theo cô này đi xuống hầm tàu vào phòng của thuyền trưởng thì thấy Huỳnh Giao đang ngồi trên giường ăn kẹo Chocola. Vợ tôi mừng quá khóc hòa lên chạy đến ôm con gái. Huỳnh Giao ríu rít nói, *"con xin lỗi mẹ, con không dám bỏ mẹ nữa đâu"*.

Thì ra người nữ đó là vợ của đại úy Thư thuyền trưởng của tàu. Chị cho biết khi xuống tàu thì chị quên một vali hành lý còn nằm trên thành tàu, chị liền chạy ra lấy thì thấy Huỳnh Giao đứng một mình trên đó khóc kêu la, *"mẹ ơi, ba ơi"* liên tục. Chị nghĩ rằng chắc con gái ai thất lạc cha mẹ nên vội mang xuống đem vô phòng, dự định sẽ nhận làm con nuôi khi sang đến Hoa Kỳ. Vừa khi chị ẫm cháu xuống thì hai tàu đụng nhau! Một vài người và số hành lý trên thành tàu rớt xuống sông.

Chúng tôi cám ơn chị Thư riếu rít. Cám ơn Chúa đã cứu con gái con. Cả gia đình đoàn tụ thật tuyệt vời.

21:00 giờ Khi tàu đi ngang khu Rừng Sát thì bị Việt cộng trên bờ bắn đạn phóng lựu M.79 xuống. Khốn thay, lúc này tàu lại hư một máy mà chở số tải quá nặng: Bon tàu chở đầy đạn đại bác 105 ly và trên 400 người cùng hành lý. Tàu không chạy nổi! trôi lền bềnh làm bia cho địch bắn xuống! Vừa lúc ấy, có hai chiếc tuần duyên của Hải Quân từ đâu chạy đến bắn trả lại làm địch ngưng bắn xuống tàu. Thuyền trưởng Thư hô hào mọi người hiệp sức khiêng trên 500 quả đạn đại bác 105 ly liệng hết xuống sông Sài Gòn cho nhẹ tàu, rồi anh ra lệnh quay tàu về lại bến Tân Cảng, vì hư một máy không thể đi biển được! Vợ chồng tôi và hầu hết mọi người vô cùng thất vọng! Trải qua những giờ phút hãi hùng, gần mất con gái mà giờ đây lại quay trở về! Tôi lại nghĩ đến một tương lai đen tối nếu bị ở lại Việt Nam.

Khi tàu vừa cập bến Tân Cảng, thì có những người ở trên tàu tranh nhau phóng lên bờ! Những người trên bờ thì tranh nhau phóng xuống tàu. Thuyền trưởng phải lái tàu ra giữa giòng sông trở lại, vì sợ dân chúng phóng xuống đông quá sẽ làm tàu chìm. May mắn thay trong số những người mới phóng xuống có hai anh lính hãi quân biết sửa máy tàu. Thế là tàu lại xuất phát ra khơi. Tội cho những người đã bỏ tàu phóng lên bờ trở về nhà.

Trên đường sông đi ra biển, nhìn lại Sài Gòn thấy lửa đỏ một góc trời bởi pháo kích. Từ biệt em Sài Gòn yêu dấu ơi. Cám ơn Chúa, tàu đi nhanh hơn và từ từ ra đến cửa biển Vũng Tàu

Ngày 30 tháng 4 - Lệnh đầu hàng (Ngày thứ hai ra đến cửa biển Vũng Tàu)

8:00 sáng

Sau khi Đại tướng Trần Thiện Khiêm, Tổng Thống

Nguyễn Văn Thiệu và phó tổng thống Nguyễn Cao Kỳ đã bỏ nước đi trước đó gần một tuần lễ! Thuyền chúng tôi ra đến cửa biển thì hay tin chánh quyền Miền Nam còn lại do Đại Tướng Dương Văn Minh lãnh đạo kêu gọi bỏ súng đầu hàng. Chúng tôi cũng hay tin tướng Phạm Văn Phú tự bắn vào đầu chết anh dũng. Trên đường ra khơi cũng có tàu Việt Nam Thương Tín và hàng trăm tàu dân sự cùng bỏ nước lủ lượt ra đi tìm tự do.

Tàu ra đến cửa biển Vũng tàu thì trực chỉ hải phận quốc tế, nơi có Đệ Thất Hạm Đội Mỹ đang chờ. Cám ơn Chúa, biển Thái Bình Dương mùa này thật bình yên. Tàu chúng tôi chạy rất chậm. Có những tàu nhỏ rượt theo rồi cặp sát tàu chúng tôi cho những anh lính chiến leo lên. Có anh bị sẩy tay rớt xuống biển chìm mất! Ngồi trên tàu gió mát nhìn sóng vỗ hai bên hong tàu. Mọi người yên lòng trò chuyện với nhau vui vẻ. Một số người quyên góp tiền tặng thuyền trưởng. Không biết tiền Việt Nam hay tiền đô nữa? Cũng có tin buồn! Có một phụ nữ đi vệ sinh bị lọt xuống biển mất tích! Vì phòng vệ sinh ở đây được ghép lại bằng hai cây đòn dài, bắt từ bon tàu ra ngoài độ 2 thước! Được che đậy sơ sài. Bước đi trên đó không vững là lọt xuống biển không ai hay. Tội quá Chúa ơi, thấy ông chồng ôm con trẻ đi tìm vợ khóc hu…hu!

Ngày 1 thang 5 – Ngày thứ 3, ra đến hải phận quốc tế

7:00 giờ sáng. Người trên tàu reo lên, "tàu Mỹ, tàu Mỹ!". Chúng tôi nhìn theo, thấy từ xa những chiến hạm của đệ thất hạm đội đậu dài dài cúi chân trời. Những chiếc thuyền nhỏ thường ngày chạy theo tàu chúng tôi, tăng tốc độ qua mặt vun vút về hướng tàu Mỹ như những ngư lôi bắn ra từ tàu ngầm. Vì chiếc tàu của chúng tôi là loại đổ bộ nên có tốc độ rất chậm. Mãi hơn một giờ sau thì chúng tôi mới đến nơi tàu Mỹ đậu. Chúng tôi quan sát thấy nhiều tàu lớn của Mỹ đã đầy ắp dân tỵ nạn trên đó. Có chiếc đã ở đây hơn hai tuần chờ đón người Việt tị nạn. Những chiếc tàu của người Việt Nam nào lớn mạnh đủ thì được họ cung cấp xăng nhớt để đi tới quân cảng của Mỹ ở Subic Bay / Phi Luật Tân. Còn những tàu nhỏ thì được họ vớt lên và sau đó phá hủy cho chìm xuống lòng biển. Riêng tàu chúng tôi thì được lệnh chờ đó, cách hạm đội khoảng 500 thước. Sau hai giờ chờ đợi thì chúng tôi thấy nhiều tàu nhỏ cấp cứu từ trong bụng một tàu lớn chạy đến bao vây tàu chúng tôi lại. Những thủy thủ Mỹ leo lên tàu chúng tôi lục xét an ninh rồi hướng dẫn mọi người xuống tàu nhỏ chở đến tàu lớn. Chúng tôi được đưa lên chiếc cơ xưởng hạm có tên "Mount Vernon" Chúng tôi là những người Việt đầu tiên đặt chân trên tàu này, nên được cho ăn một ngày 3 lần rất sang trọng. Những tàu khác nghe nói chỉ được ăn hai lần một ngày vì số người quá đông và họ phải ở đó trên hai tuần chờ cho đủ số người rồi tàu mới nhổ neo đi về vịnh Subic. Nhóm chúng tôi trên 400 người rất phước hạnh có đồ ăn dư dả, có nhà tắm nước nóng và phòng vệ sinh hết sức sạch sẽ.

Chúng tôi thở phào nhẹ nhõm, cám ơn Chúa, "Chúng ta được sống rồi"

Chuyền con gái lên tàu như thế này

Chiếc LCU như thế này chở chúng tôi ra biển

Được tàu Mỹ cứu

Phép lạ # 15 Từ Vịnh Subic ở Phi-Luật Tân đến Trại Pendleton- California

18:00 giờ Ngày 1 tháng 5

Chúa đã khoãng đãi chúng tôi sau những ngày quá cơ cực. Chúng tôi được ưu tiên là chỉ đợi từ sáng đến chiều, rồi tàu nhổ neo vượt sóng về Subic Bay Phi-luật Tân thay vì phải đợi cả tuần như những tàu khác. Tàu chạy thật nhanh và thật êm khiến chúng tôi không bị say sóng và rất thích thú nhìn cảnh biển mênh mông với những đàn cá heo lội theo tàu. Những sĩ quan và lính hải quân Mỹ trên tàu rất lịch sự, họ giúp đỡ người tị nạn Việt Nam hết lòng.

Ngày 3 tháng 5 - đến vịnh Subic

14:00 giờ Tàu đến căn cứ quân sự Mỹ tại vịnh Subic nước Phi-luật-Tân. Cảnh vật ở đây giống như phong cảnh Cầu Đá ở Nha Trang. Nhìn chung quanh quân cảng tôi nhìn thấy có chiếc tàu hải quân Việt Nam có tên HQ 802 đã đến đây từ bao giờ.

Theo chương trình thì chúng tôi sẽ được xuống tàu tạm trú trong trại tỵ nạn ở đây chờ làm thủ tục để đi qua Guam. Tin giờ chót cho biết dân tỵ nạn trên bờ có hơn 6 ngàn người chưa làm xong thủ tục nhập trại nên chúng tôi sẽ vẫn ngủ trên tàu Mount Vernon thêm một đêm nữa.

Ngày 4 Tháng 5 - Được lên bờ chuyển đi đảo Guam trong đêm

14:00 giờ Chúng tôi được xuống tàu chuẩn bị lo thủ tục nhập trại. Đoàn người đứng chờ lo thủ tục dài cả cây số. Trong khi chờ đợi tới phiên mình thì được cho ăn uống rất đầy đủ. Nhiều người cởi bỏ lớp áo nhà binh để mặc vào những bộ quần áo dân sự. Tôi ngỡ là phải bỏ quần áo lính nên cũng vội cởi bỏ bộ đồ dù mặc từ khi xuống bến Tân Cảng đến nay để thay vào quần áo dân sự. Hội Hồng Thập Tự cho quần áo ấm, giày dép và khăn mền. Trong khi chờ đợi, tôi nói với Mai rằng chúng ta đã đang ở Mỹ đây, không còn sợ hải để gấp rút lo lắng cho sự an toàn và chỗ ở, thế nên cứ ung dung ngồi trên bàn đã được sắp đặt sẵn chung quanh căn cứ mà ăn uống hưởng nhàn cho khỏe. Đứng xếp hàng chờ đợi mệt lắm.

20:00 giờ Thấy mọi người cùng tàu đã lo thủ tục nhập trại rồi, thì chúng tôi chuẩn bị định đứng lên làm thủ tục nhập trại để đi ngủ. Bỗng đâu có một cô lính Mỹ đẹp xinh đến hỏi chúng tôi có muốn đi Guam bây giờ không? Có chuyến bay quân sự bất ngờ sẽ bay qua Guam đêm nay. Vì không muốn đánh thức những người trong trại nên họ thấy chúng tôi đang ngồi đây nên họ muốn cho chúng tôi đi trước thay vì phải chờ tới phiên. Theo thứ tự ưu tiên thì phải mất đến 3 tháng hơn mới được đi qua Guam. Còn gì vui hơn khi được đốt giai đoạn để qua vùng đất của Mỹ chứ. Tôi gật đầu ưng thuận. Họ đưa chúng tôi xuống tàu nhỏ chở qua phi trường quân sự gần đó.

23:00 tối Chiếc C.130 chở chúng tôi qua đảo Guam. Vợ chồng và hai con gái ngủ một giấc an lành trên phi cơ quân sự này

Ngày 6 Tháng 5 - Đến đảo Guam

7:00 am - Chúng tôi đến đảo Guam. Điều đầu tiên đập vào mắt chúng tôi là thành phố tị nạn được dựng nên bởi hàng ngàn chiếc lều nằm trên một vùng đất rất lớn sát bờ biển. Chúng tôi cũng nhìn thấy những chiến hạm Mỹ đậu cạnh bờ. Có cả chiếc tàu Việt Nam Thương tín nữa. Nhiều người Việt Nam đã đến đây từ một hai tháng trước rồi.

Lo thủ tục nhập trại xong thì tôi liên lạc với phòng Tin Lành do các giáo sĩ Mỹ từng ở Việt Nam đảm trách. Sự ăn uống ở đây ngày 3 bữa quá chu đáo. Có sữa cho các em bé mới sanh, có nhà thương bác sĩ và y tá tận tình giúp đỡ. Hội Hồng Thập Tự cho quần áo cũ sạch đủ loại. Tôi cũng gặp một số người quen như gia đình bác Thành đi cả gia đình hai họ; cũng có người chỉ vừa kịp chạy thoát một mình. Qua đến Guam, những người thoát nạn một mình cảm thấy nhớ thương vợ con! Mặc cảm tội lỗi chạy trốn bỏ vợ con sau lưng bèn hiệp nhau xin chiếc tàu Việt Nam Thướng Tín trở về Việt Nam! Thật là dại khi quyết định về Việt Nam như thế? Vì sẽ không giúp đở chi được cho vợ con song còn làm hại họ nữa là khác. Ở lại Mỹ, tương lai có thay đổi thì sẽ về thăm lại quê hương thôi. Qua Mỹ học hành làm ăn có tương lai cho con cái và có phương tiện giúp về gia đình anh chị em còn kẹt lại Việt Nam. Đi về bây giờ thì sẽ bị cộng sản cùm đầu! Chết hết cả lũ.

Chiều nay hai vợ chồng và hai con đi dạo quanh trại tị nạn Việt Nam. Thấy người ta xếp hàng dài cả cây số, họ thay phiên ngồi chờ đợi đến lượt để lo thủ tục nhập cảnh đất liền nước Mỹ. Nhìn thấy tình trạng chờ đợi như thế, tôi bàn với Mai là không cần thiết vì đây cũng là nước Mỹ, cứ thảnh thơi một thời gian cho lại sức rồi đi cũng không muộn. Thế nên chúng tôi không lo chi việc xếp hàng làm thủ tục.

Ngày 7 Tháng 5 – Làm thủ tục sang California

Ngày hôm sau, có hai anh em cùng lều chạy về bảo, chúng tôi lẹ lên ra xấp hàng đầu với họ để lo thủ tục đi vào đất liền. Tôi ngạc nhiên hỏi làm thế nào được nhanh như thế? Họ cho biết đã lo xếp hàng từ lâu, hôm nay lên đến hàng đầu rồi. Thế là vợ chồng cùng hai con gái lên xếp hàng. Khoảng một tiếng đồng hồ thì được vô phỏng vấn và được cấp vé phi cơ bay sang California ngày hôm sau. Vé chúng tôi được mang số 1117.

Thật cám ơn Chúa đã lo cho chúng con tất cả ngoài mức suy tưởng của chúng con. Chỉ có hai ngày thì được sang đất liền của Mỹ thay vì phải đợi mấy tháng như đa số những người tị nạn khác!

Ngày 8 Tháng 5

16:00 chiều Chúng tôi được đưa lên xe bus ra phi trường để bay qua California. Xe bus đưa chúng tôi đến trại Anderson, căn cứ không quân Mỹ ở Guam chờ phi cơ phản lực cơ DC 10 đưa đi. Trong khi chờ đợi thì cũng được cho ăn uống thật tươm tất.

Ngày 9 Tháng 5

20:00 giờ được lên chiếc DC 10 bay sang Hawaii. Thời gian bay là khoảng 8 tiếng đồng hồ thì tới Hawaii. Giờ ở Hawaii lúc này là 12 giờ 10 phút

13:30 Khời hành từ Hawaii bằng phản lực cơ bay đến phi trường Los Angeles đúng 22:15 tối. Xe bus đưa vào trại Pendleton

Ngày 10 tháng 5

1:00 am Trại định cư là một căn cứ huấn luyện của Thủy Quân Lục Chiến / Pendleton.

4:00 sáng- Lo làm thủ tục nhập trại và lảnh mùng mền hoàn tất. Chỗ ở nơi đây gồm có những nhà vòm tiền chế và những nhà lều.

Ngày 10 tháng 5 - Đời sống trong trại Pendleton

Thời tiết ở đây lạnh hơn Guam nhiều song chúng tôi được ở trong nhà tiền chế có chăn êm nệm ấm không lạnh lắm. Người Việt trong trại ước chừng vài chục ngàn người. Đi đâu cũng thấy Việt Nam nên quên đi mình đang ở xứ người. Chúng tôi ở cùng nhà với Gia đình bác Nguyễn Hữu Trạc có con trai là đại úy dù Nguyễn Hữu Thanh, Hồng, Lô và Hợp. Anh Nguyễn Tấn Lai nghề thông dịch. Có thêm Anh Minh, Việt và Sau.

10:00 Đi nhà thờ. Gặp được gia đình anh Lê Nghĩa Linh, anh chị ở Khu 2 lều 27. Anh có gia đình bên vợ làm sở Mỹ nên đã đến đây trên 2 tuần rồi. Phước thay cho anh Linh, có cả gia đình bên vợ đông đủ. Anh khen tôi giỏi quá, chạy từ Buôn-Ma-Thuột về Sài Gòn rồi qua đây trước nhiều người. Tôi cũng kể lại cho anh nghe đoạn đường gian nan có Chúa ở cùng như thế nào.

Ngày 11 tháng 5

2:00 sáng. Vì dân tị nạn quá đông. Tôi thức dậy thật sớm lo thủ tục cư trú và hồ sơ để xin được bảo trợ. Mọi sự hoàn tất lúc 6:00 sáng. Trên đường trở lại lều nhìn thấy đủ loại xe hơi thật đẹp của những người đến đây làm việc cho trại. Nhìn ngó xem chiếc xe nào mình thích nhất và xin Chúa cho một chiếc xe như thế khi xuất trại. Tôi lại nhớ đến cha mẹ và anh chị em bị bỏ lại sau lưng! Giờ này chắc họ đang khẩn trương lắm. Ngỡ là gia đình chúng tôi đã mất tích nơi nào!

Ngày 13 tháng 5

Được lảnh thêm quần áo củ song còn tốt cho cả gia đình. Đời sống ở đây quá đầy đủ. Có chợ của quân đội (PX) cho mua đồ giá rẻ song đâu có tiền mà mua. Có những thương gia Mỹ vô trại mua vàng bạc lại từ người Việt Nam. Ăn uống một ngày 3 bữa do quân đội Mỹ nấu. Nào gà, thịt bò nướng, cá, trứng, rau cải và trái cây cùng đủ loại thức uống ngon miệng, thế mà ăn chừng 1 tuần thì thèm mì gói. Có anh Ngô Tấn Lai, làm thông dịch ra được ngoài phố mua vài gói mì Ramen đem về chia nhau ăn! Tuyệt vời làm sao. Điều in vào tâm trí chúng tôi là có một loại hoa mọc trên cát đá rất lạ và đẹp, cũng có những chú thỏ và chồn sóc chạy nhởn nhơ trong doanh trại. Người Việt chúng ta thích quá tranh nhau rượt bắt! Bị người ta la cấm! Vì thú vật ở đây được bảo vệ. Đủ mọi cơ quan từ thiện vào đây giúp đỡ và lo việc bảo trợ người Việt ra ngoài nhập chung với đời sống Mỹ. Có những ban nhạc nổi tiếng thời đó như, "The Monkeys" vào hát giúp vui cho cộng đồng. Riêng bản nhạc, "Oh…oh…oh… It's magic you know" đang thịnh hành được nghe thường xuyên trong đài radio của Mỹ. Nhạc thánh thì có bài, "Put your hand in the hand of the man / Who stilled the water / Put your hand in the hand of the man / Who calmed the sea…

Đời sống ở đây vui quá nên chúng tôi không ai muốn đi ra khỏi trại sớm. Sợ không còn thấy người Việt mình nữa. Lúc này mỗi ngày danh sách kêu tên những người được bảo trợ đi Pháp, Canada và Hoa Kỳ. Người Việt chúng ta vì quen phong tục Pháp nên nghe tên được đi Pháp thì mừng lắm. Có người được Mỹ chọn lại xin đổi đi Pháp. Sau nầy mới hiểu! Định cư ở Mỹ là sướng nhất rồi đến Canada và sau cùng mới đến Pháp. Ở đây một tuần thì tôi gặp lại các giáo sĩ từng ở Việt Nam. Các Mục sư như Nguyễn Văn Hai, Mục Sư tuyên úy vùng 4 Phạm Xuân Hiển và Mục Sư Hãi. Mỗi tuần đều có nhóm lại sáng Chúa Nhật thật vui và phước hạnh vô cùng.

15 Tháng 5- Đi khám bệnh

17:00 giờ. Theo xe bus của trại đưa Huỳnh Giao đi nhổ răng tại bệnh xá của US Neval cách đây 30 cây số. Điều tôi học được ở đây là tinh thần giữ luật của tài xế. Họ ngừng bất cứ nơi nào có bản Stop mặc dù đường vắng hoe không có ai.

Cám ơn Chúa săn sóc sức khỏe cho chúng con chu quá đáo. Bệnh xá rất đẹp, tiện nghi và vô cùng sạch sẽ. Các bác sỉ hay ý tá niềm nở đón chào bệnh nhân Việt Nam rất nồng hậu và tôn trọng, không ăn nói phách lối như các bác sỉ hay y tá Việt Nam.

Khí hậu ở trại Pendleton rất lạnh về đêm, phải có áo ấm loại dầy mới chịu nổi. Phong cảnh tương tự như ở Buôn-ma-thuột song sạch sẽ và đẹp hơn. Xứ sở hoà bình có khác. Thú vật chim chóc ở đây được bảo vệ nên chúng rất gần với con người. Bạn có thể để đồ ăn trên tay thì những con sóc hay bồ câu đến ăn trên tay bạn.

Bây giờ xem như yên phận rồi. Nhớ những người thân yêu còn ở lại Việt Nam Cộng Sản mà lòng đau như cắt. Biết bao giờ sẽ được đoàn tụ với cha mẹ anh em thân yêu của mình chứ. Ngày xưa tôi ao ước cởi bỏ được bộ quần áo trận để về sống ở làng quê yêu dấu, có đủ anh chị em và bà con hai họ. Bây giờ cởi bỏ được quần áo trận rồi song sống tha hương ở quê người. Tôi rất lo lắng cho tánh mạng của anh Thạch, Bửu, Sơn cùng hai anh rể là Nghĩa và Tông. Không biết giờ này họ ra sao đây? Trốn trong rừng hay đã bị bắt đi học tập trong những trại cải tạo vùng rừng sâu nước độc nào đó. Tôi cũng cám ơn Chúa cho sang Mỹ còn gặp lại gia đình anh Linh và vợ chồng Huỳnh Trang Tỉnh cùng Kim Anh con cô Tám.

Cầu xin Chúa cho chánh quyền mới không có chế độ thanh trừng những người trong chế độ Cộng Hoà. Con cũng hứa với Chúa trong những ngày còn lại, con sẽ phục vụ công việc Chúa hết lòng. Bây giờ đời sống con là của Chúa, nếu Chúa không cứu mạng thì vợ chồng con cái đã bị chết hết ở trong rừng Buôn Ma Thuột rồi.

Ngày 16 tháng 5 - Được bảo trợ

11:00 sáng Được các giáo sĩ cho biết gia đình chúng tôi đã có người bảo trợ. Đó là một Hội Thánh Tin Lành CMA ở Santa Cruz.

Ngày 17 Tháng 5

No đủ chừng nào lại thương nhớ anh chị em còn ở lại Việt Nam chừng ấy! Tôi khóc mỗi lần ngồi trước bàn có quá nhiều đồ ăn ngon. Không biết họ có cháo ăn không nữa?

Ngày 18 tháng 5

Lại được kêu đi lảnh quần áo và vớ mền. Tìm được một đôi vớ khác nhau song giữ cho đôi chân thật ấm về đêm. Cám ơn Chúa.

23 Thang 5 Như lệ thường, tôi hướng dẫn mấy anh bạn cùng lều: anh Minh, Sau, Lô và Việt đi nhà thờ tìm hiểu về Chúa Jesus. Mục Sư Tươi giảng với đề tài trong Thi Thiên 1:1 *" Phước cho người nào chẳng theo mưu kế của kẻ dữ, Chẳng đứng trong đường tội nhân, Không ngồi chỗ của kẻ nhạo báng;"*

Ngày 24 Tháng 5

Ông bà giáo sĩ Revell từ giả chúng tôi đi qua trại tị nạn khác để giúp đở cho các tín hữu Tin Lành.

Ngày 26 Tháng 5

Đề tài sáng nay về Đức tin. Có nghỉa là chết về hồ

nghi-Câm về thất vọng- mù về bất năng. Đức tin không biết điều gì khác ngoài sự đắc thắng.

Thi Thiên 119. Mỗi ngày tôi ngợi khen Chúa 7 lần có nghĩa là ngợi khen Chúa trọn vẹn

Ngày 29 tháng 5

Mai làm báp tem bằng nước tại một hồ tắm trong trại Pendleton do Mục Sư Nguyễn Văn Tốt hướng dẫn.

Ngày 31 tháng 5

Đi làm thủ tục di trú cuối cùng vì hồ sơ Mai bị thất lạc. Giới thiệu anh Minh, Sau với Mục Sư Phạm Xuân Hiển tìm người bảo trợ. Mọi sự tốt đẹp.

Bán một chiếc nhẫn vàng y giá $14 dollar. Một chiến nhẫn cẩm thạch $10:00 dollar. Định dùng số tiền này mua một ít đồ cần thiết để xuất trại song chưa mua được gì.

Ngày 5 tháng 6

Đi nhóm và chứng kiến cảnh anh Minh tin Chúa. Anh khóc nhiều khi được đặt tay cầu nguyện

Ngày 8 tháng 6

10:30 sáng -Nhận một quyển Kinh Thánh tiếng Việt đầu tiên ở Mỹ. Thật không gì quý và mừng hơn.

Chiếc tàu Mount-Vernon cứu chúng tôi

Trại tị nạn ở Pendleton

Ngày 9 Tháng 6-1975
Phép lạ # 16 Từ giã mọi người để ngày mai xuất trại đi Santa Cruz, California

    8:30 sáng - Cả gia đình lên xe bus đến Trại số 8 chờ phương tiện ra phi trường đi Santa Cruz

    10:30 Xe bus chờ chúng tôi ra phi trường Los Angeles

    15:30 Đến phi trường Los Angeles và chờ lên phi vụ 736 của hảng hàng không Hughes Airwest. Trong khi chờ đợi, cả gia đình mua ăn thử bánh mì Sanwitches và khoai chiên -uống Coke chỉ tốn có $ 2.45 dollar. Mua một vật kỷ niệm tại phi trường là đồ móc chìa khóa có túi đựng tiền cắt. Trông dễ thương quá.

15:30 Phản lực cơ cất cánh bay tới Monterey, California

16:45 Phi cơ đáp xuống phi trường Monterey. Mục Sư Micheal Javis và bà Koon đang đứng chờ đón chúng tôi niềm nở. Từ Monterey đi đường bộ về đến Santa Cruz gần một tiếng đồng hồ lái xe. Lúc còn trong trại, chúng tôi hỏi mấy người Việt Nam về Santa Cruz ở đâu? Nhưng không ai biết chi cả. Họ chỉ biết những thành phố lớn thôi! Nên lòng hơi lo. Nào ngờ đâu nơi đây là một trong những khu du lịch nổi tiếng ở California. Chúa đã chuẩn bị cho chúng tôi một nơi ở tuyệt vời sát bờ bể chỉ cách San Francisco 80 miles.

Từ đây bắt đầu một trang sử mới cho tôi và gia đình trong xứ đượm sữa và mật. Tôi có cảm tưởng như dân Chúa được giải phóng ra khỏi xứ nô lệ ở Ai Cập- đang bước chân vào đất hứa. Cầu xin Chúa giúp cho con và thế hệ mai sau luôn ghi nhớ ngày 30-4-1975! Nhớ đến quyền năng và phép lạ mà Ngài đã đưa đón bước chân chúng con đến nước Hoa Kỳ tự do. Amen

Deborah Mai- David Báu
3 tháng đầu tiên định cư ở Hoa Kỳ

Bạn có tin vào quyền năng và phép lạ của Chúa hôm nay?

David Báu Lê và vợ Deborah Mai Le kể lại cho chúng ta câu chuyện "Phép lạ từ Buôn Ma Thuột đến Hoa Kỳ!" Chúa đã trả lời cầu xin và thi hành dấu kỳ phép lạ để cứu họ thoát hiểm như thế nào. Thật vinh hiển thay danh Chúa Jêsus!

- Lời chứng của MS hay quá, tỉ mỉ, chính xác từng chi tiết nhỏ, tôi có cảm giác như đang xem một cuốn phim vậy. Hy vọng qua lời chứng nầy đức tin của các con cái Chúa được khích lệ càng vững vàng hơn khi đối diện với những thử thách hay hiểm nguy trong cuộc sống.

Đọc nhật ký của những ngày gian nan đầy nguy hiểm mà cảm giác cũng giống như đọc một nhật ký thuộc linh, vì hình ảnh Chúa đong đầy trong câu chuyện.

Tôi thấy được khích lệ thêm rất nhiều và càng thêm kính yêu Chúa vô vàn! Cám ơn Mục sư

- Con đọc đi đọc lại từng câu từng chữ!!!!!!! Bản năng sống còn thật mãnh liệt!!!! Ranh giới giữa sự sống và cái chết mong manh quá!!!!

Con đọc bài viết của MS mà không ngăn được nước mắt, thật xúc động. Cảm ơn Chúa đã gìn giữ gia đình ông. Chiến tranh thật quá khốc liệt và tàn ác!!!!

Bài viết sinh động và chân thực đến đỗi con như đang xem một bộ phim chiến tranh gay cấn và hồi hộp nhất từ trước đến giờ. Những gì con được biết về giai đoạn lịch sử khốc liệt này hoan toan chỉ từ một phía.

Cho nên khi đọc lại dòng hồi ký của MS một người lính của bên VNCH con đã có cái nhìn khách quan hơn và biết thêm được nhiều sự thật khủng khiếp của cuộc chiến tranh này.

Đọc bài viết vô cùng kịch tính và cảm động, chân thực từng chi tiết thưa mục sư.

- Phép lạ từ Ban Mê Thuật đến Hoa Kỳ của Mục Sư, phải thật lòng mà nói... làm cho tôi có cảm giác như tôi đang sống trong câu chuyện, bao nhiêu kỷ niệm đau thương 45 năm về trước đang sống lại trong tôi... cảm ơn Mục sư rất nhiều đã chia sẻ những kỷ niệm quý giá này!

- Câu chuyện thật hồi hộp quá MS ạ, muốn nghe kể tiếp tục. Đọc xong thấy phép lạ của Chúa thật lớn lao Amen.

- Nếu con trải qua hoàn cảnh như vậy, thì con không biết mình như thế nào?

Những năm tháng còn lại trong cuộc đời MS như vậy rất là quý vì kinh nghiệm sống - còn

Những bài học cùng những sự HV.Chúa kinh nghiệm từng trải sự gian nan, khổ cực, phép lạ Chúa cứu trong từng mỗi giai đoạn.

Thế đó, yêu Chúa càng hơn quý trọng Ngài biết bao.

Đôi lúc con chỉ nói được, nhưng chưa từng trải bao nhiêu thì cũng không thuyết phục lòng người.

Như MS vậy, nhiều người sẽ tìm đến học hỏi sự khôn ngoan từng trải của MS.

Nguyện MS luôn được toả sáng và làm vinh hiển

danh của Chúa luôn.

Cảm ơn Chúa, biết ơn tôi tớ của Ngài đã có lòng trọn thành, trung tín với Ngài cho đến bây giờ và cho đến mãi về sau khi gặp Ngài trên Thiên Đàng vinh hiển đã dành sẵn một chỗ cho tôi tớ trung tín và ngay lành của Ngài.

- Bà MS thật can đảm và có tấm lòng thủy chung sắt son đối với chồng. Ngày nay người vợ đôi lúc khó khăn trong sự thuần phục chồng mình. Bà MS cũng không ngại gian khổ vì MS.

Tấm lòng thời nay về người Nữ như vậy ít có đó ạ. Thay vào đó, hay đòi hỏi nơi chồng phải thế này thế nọ thế kia.

Bà MS kể con đọc hấp dẫn hơn MS ấy ạ. Có tình tiết lãng mạn, thương yêu chồng mình tuyệt đối. Bà MS hay quá.

- Thì ra đây là sự thật, không phải như chúng con đã được nghe. Chúng con đã bị lừa dối từ lúc chúng con bắt đầu đến trường.

- Thật không biết nói sao cảm ơn anh đã viết và kể lại hồi ký nầy rất thật với cuộc chiến tranh vừa qua, mình đọc và rất hồi hộp. Từng đoạn cứ nghĩ sẽ không qua được, nhưng rồi cũng qua và an toàn, nhờ có sức mạnh vô hình che chở cho anh và vợ con anh đi đến bến bờ tự do hôm nay.

Mục sư David Báu Lê
Living Waters Ministries
2337 Remo Ct.
Santa Clara, CA 95054, USA
Điện thoại liên lạc (408) 221-3033
Email ldbau@yahoo,com

Liên lạc Tác giả
David Báu Lê
ledavidbau@gmail.com

Liên lạc Nhà xuất bản
Nhân Ảnh
han.le3359@gmail.com
(408) 722-5626

www.ingramcontent.com/pod-product-compliance
Lightning Source LLC
Chambersburg PA
CBHW060358080526
44583CB00012B/374